ENDALAÐI FRANSKA ÉCLAIRS LEIÐBEININGAR

Heildar leiðbeiningar þínar um að búa til franska Éclairs heima

Baldur Ólafsson

Höfundarréttarefni ©2024

Allur réttur áskilinn

Engan hluta þessarar bókar má nota eða senda á nokkurn hátt eða á nokkurn hátt án skriflegs samþykkis útgefanda og höfundarréttarhafa, nema stuttar tilvitnanir sem notaðar eru í umsögn. Þessi bók ætti ekki að koma í staðinn fyrir læknisfræðilega, lögfræðilega eða aðra faglega ráðgjöf.

EFNISYFIRLIT

EFNISYFIRLIT 3
KYNNING 7
SPEGELGLÆRAR ECLAIRS 8
    1. S<small>PEGILGLJÁÐUR</small> E<small>GGNOG</small> E<small>CLAIRS</small> 9
    2. G<small>ALAXY</small> M<small>IRROR</small> G<small>LJÁÐUR HVÍTT SÚKKULAÐI</small> E<small>CLAIRS</small> 13
    3. L<small>ITRÍKIR</small> E<small>CLAIRS MEÐ</small> M<small>IRROR</small> G<small>LAZE OG</small> S<small>AND</small> C<small>RUMB</small> 16
    4. S<small>PEGILGLERAÐ HVÍTT SÚKKULAÐI</small> E<small>CLAIRS</small> 19
    5. E<small>CLAIRS MEÐ</small> P<small>INK</small> M<small>IRROR</small> G<small>LAZE</small> 22
    6. S<small>ÚKKULAÐI HESLIHNETUSPEGILL GLJÁÐUR</small> E<small>CLAIRS</small> 25
    7. H<small>INDBERJASÍTRÓNUSPEGILL GLJÁÐUR</small> E<small>CLAIRS</small> 28
    8. K<small>AFFI</small> K<small>ARAMELLU</small> M<small>IRROR</small> G<small>LJÁÐUR</small> E<small>CLAIRS</small> 31
    9. M<small>ATCHA HVÍTSÚKKULAÐISPEGILL GLJÁÐUR</small> E<small>CLAIRS</small> 34
SÚKKULAÐI ECLAIRS 37
    10. K<small>ARAMELLU SÚKKULAÐI</small> E<small>CLAIRS</small> 38
    11. S<small>ÚKKULAÐI</small> E<small>CLAIRS MEÐ VANILÓSAFYLLINGU</small> 40
    12. S<small>ÚKKULAÐI</small> G<small>RAND</small> M<small>ARNIER</small> E<small>CLAIRS</small> 43
    13. F<small>ROSINN SÚKKULAÐI MYNTU</small> E<small>CLAIRS</small> 47
    14. M<small>INI SÚKKULAÐI</small> É<small>CLAIRS</small> 50
    15. J<small>ELLO VANILLUBÚÐINGUR</small> E<small>CLAIRS</small> 52
    16. S<small>MÁKÖKUR OG RJÓMI</small> É<small>CLAIRS</small> 54
    17. S<small>ÚKKULAÐI HESLIHNETU</small> E<small>CLAIRS</small> 57
    18. M<small>INT SÚKKULAÐI</small> E<small>CLAIRS</small> 60
    19. H<small>VÍTT SÚKKULAÐI HINDBERJA</small> E<small>CLAIRS</small> 63
    20. D<small>ÖKKT SÚKKULAÐI APPELSÍNUGULT</small> E<small>CLAIRS</small> 66
    21. K<small>RYDDAÐ MEXÍKÓSKT SÚKKULAÐI</small> E<small>CLAIRS</small> 69
    22. H<small>ESLIHNETU</small> P<small>RALÍN SÚKKULAÐI</small> E<small>CLAIRS</small> 72
    23. C<small>RÈME</small> B<small>RÛLÉE SÚKKULAÐI</small> É<small>CLAIRS</small> 75
    24. G<small>LÚTENLAUST SÚKKULAÐI</small> E<small>CLAIRS</small> 77
    25. S<small>ÚKKULAÐI OG SALTKARAMELLU</small> É<small>CLAIRS</small> 80
    26. P<small>RALÍNFYLLT SÚKKULAÐI</small> É<small>CLAIRS</small> 83
    27. S<small>ÚKKULAÐI</small> P<small>ISTASÍU</small> É<small>CLAIRS</small> 86
    28. S<small>ÚKKULAÐIMÚS</small> É<small>CLAIRS</small> 89

ÁVÆNDAGREININGAR 92

29. Hindberja-ferskjamús Eclairs 93
30. Appelsínugult Eclairs 97
31. Eclairs ástríðuávaxta 100
32. Heilhveiti ávaxtaríkt Eclairs 103
33. Ástríðu- og hindberja-éclairs 106
34. Jarðarber og rjóma Eclairs 110
35. Blandaðir Berry Eclairs 113
36. Hindberja- og sítrónumarengs Eclairs 116
37. Hindberja- og mjólkursúkkulaði Eclairs 119
38. Red Velvet súkkulaði hindberja Eclairs 122
39. Banana Cream Pie Eclairs 125
40. Jarðarberjakrem Éclairs 128
41. Mango Passionfruit Éclairs 131
42. Lemon Blueberry Éclairs 134
43. Hindberjamöndlu Éclairs 137
44. Ananas Coconut Éclairs 140
45. Blönduð berja- og sítrónubörkur Éclairs 143
46. Peach Ginger Éclairs 146
47. Blackberry Lemon Éclairs 149
48. Kiwi Coconut Éclairs 152

NUTTY ECLAIRS 155

49. Súkkulaði Möndlu Makkarón Eclairs 156
50. Pistasíu Lemon Éclairs 159
51. Hlynur gljáður Eclairs toppaður með hnetum 164
52. Hindberja Pistasíu Eclair 167
53. Súkkulaði og heslihnetu Eclairs 170
54. Hnetusmjör súkkulaði Eclairs 173
55. Almond Praline Éclairs 176
56. Walnut Maple Éclairs 179
57. Pistasíu Rose Éclairs 182
58. Pecan Caramel Éclairs 185
59. Macadamia hvítt súkkulaði Éclairs 188

KRYDDIR ECLAIRS 191

60. Maple Pumpkin Eclairs 192

61. Cinnamon Spice Éclairs 195
62. Kardimommur Éclairs 198
63. Piparkökur Éclairs 201
64. Múskatinnrennsli Éclairs 204
65. Chai Latte Éclairs 207
66. Kryddaður appelsínuberki Éclairs 210

NAMMI ECLAIRS 213

67. Hnetusmjörsbolli Eclair 214
68. Saltkaramellu Eclairs 217
69. S'mores Éclairs 221
70. Peppermint Eclairs 223
71. Toffee Crunch Éclairs 226
72. Cotton Candy Éclairs 229
73. Rocky Road Éclairs 232
74. Bubblegum Éclairs 235
75. Sour Patch Citrus Éclairs 238
76. Lakkríselskendur Éclairs 241

ECLAIRS MEÐ KAFFIBRAGÐI 244

77. Cappuccino Eclairs 245
78. Tiramisu Eclairs 247
79. Mokka Eclairs 250
80. Espresso Bean Crunch Éclairs 253
81. Irish Coffee Éclairs 256
82. Vanilla Latte Éclairs 259
83. Karamellu Macchiato Éclairs 262
84. Heslihnetukaffi Éclairs 265

OSTLEGT ECLAIRS 268

85. Bláberjaostakaka Éclair 269
86. Gouda gljáðum Eclairs 272
87. Raspberry Swirl Cheesecake Eclairs 275
88. Súkkulaði marmara ostakaka Eclairs 278
89. Saltkaramellu ostakaka Eclair 281
90. Pistasíu pralín ostakaka Eclairs 284
91. Kókosrjómaostakaka Eclairs 287

92. Jarðarberjaostakaka Eclairs 290

93. Lemon Cheesecake Eclairs 293

ECLAIR INNSPÆRÐAR UPPSKRIFTIR 296

94. Banana eclair smjördeigshorn 297

95. Cream Puffs og Éclairs hringkaka 299

96. Súkkulaðimöndlu Croissant Éclairs 302

97. Súkkulaði Éclair stangir 305

98. Súkkulaði Eclair kaka 307

99. Pistasíu Rose Éclair kaka 309

100. Hlynur Beikon Éclair Bites 312

NIÐURSTAÐA 315

KYNNING

Tvíhliða „ENDALAÐI FRANSKA ÉCLAIRS LEIÐBEININGAR", yfirgripsmikið ferðalag þitt í listina að búa til stórkostlega franska éclairs í þægindum í þínu eigin eldhúsi. Þessi leiðarvísir er tilefni hinnar fíngerðu sætabrauðs fullkomnunar sem éclair er – ómissandi franskt nammi sem grípur með glæsileika sínum og eftirlátssemi. Vertu með í matreiðsluævintýri sem opnar leyndarmálin við að búa til þessar helgimynduðu kökur og færir fágun franskrar bakkelsi heim til þín.

Ímyndaðu þér eldhús fyllt af tælandi ilm af nýbökuðum éclairs, hvíslinu af stökku sætabrauði og eftirvæntingu eftir ljúffengum fyllingum. "ENDALAÐI FRANSKA ÉCLAIRS LEIÐBEININGAR" er ekki bara sett af uppskriftum; það er ferð inn í heim choux sætabrauðsmeistarans, decadent fyllinganna og viðkvæmu listarinnar að glerja. Hvort sem þú ert vanur bakari eða ástríðufullur heimakokkur, þá eru þessar uppskriftir og aðferðir unnar til að leiðbeina þér í gegnum skref-fyrir-skref ferlið við að búa til ekta franska éclairs.

Allt frá klassískum súkkulaði éclairs til frumlegra ávaxtafylltra afbrigða, og frá silkimjúkum sætabrauðsrjómafyllingum til gljáandi gljáa, hver uppskrift er hátíð þeirrar fjölhæfni og fágunar sem éclairs bjóða upp á. Hvort sem þú ert að hýsa sérstakt tilefni eða einfaldlega þráir smá parísarglæsileika, þá er þessi handbók vegabréfið þitt til að fá bakarígæða éclairs í þínu eigin eldhúsi.

Vertu með okkur þegar við könnum ranghala éclair föndur, þar sem hver sköpun er vitnisburður um nákvæmni, bragð og fínleika sem skilgreina þessar helgimynduðu kökur. Svo, farðu í svuntuna þína, faðmaðu listina að choux, og við skulum leggja af stað í matreiðsluferð í gegnum "ENDALAÐI FRANSKA ÉCLAIRS LEIÐBEININGAR."

SPEGELGLÆRAR ECLAIRS

1. Spegilgljáður Eggnog Eclairs

HRÁEFNI:
EGGNOGS MÚS:
- 100 g mjólk
- ½ vanillustöng
- 3 eggjarauður
- 40g sykur
- 3 ½ blöð (6g) gelatín
- 150 g eggjakaka
- 200g þeyttur rjómi
- Stökkar perlur úr dökkum súkkulaði (td Valrhona[1])

SHORTCRUST:
- 125 g smjör
- 85 g flórsykur
- 35 g möndlur
- 42 g þeytt egg (1 lítið egg)
- 210g hveiti tegund 550
- 1 klípa af salti

GANACHE:
- 65 g rjómi
- 40g hlíf 70%[1], saxað eða snæri
- 26g hjúpur 55%[1], saxaður eða kall
- 120g kaldur rjómi

GLOSS GLÍR:
- 190 g rjómi
- 200 g sykur
- 70 g vatn
- 80 g glúkósasíróp
- 80 g dökkt bökunarkakó
- 6 blöð (16g) gelatín

SAMSETNING:
- Dökkar og brons stökkar perlur

LEIÐBEININGAR:
EGGNOGS MÚS:
a) Leggið matarlímið í bleyti í ísköldu vatni.
b) Látið suðu koma upp í litlum potti með mjólk með klofnum vanillustöng.
c) Blandið eggjarauðum saman við sykur í sérskál og bætið svo heitu vanillumjólkinni út í á meðan hrært er.
d) Hellið blöndunni aftur í pottinn og hitið í 82-85 gráður á Celsíus á meðan hrært er í.
e) Taktu af hitanum og leystu upp bleytu matarlíminu í rjómanum og hrærðu síðan eggjasnakknum út í.
f) Sigtið blönduna og blandið þeyttum rjómanum saman við.
g) Fylltu einnota sprautupoka af eggjakökumúsinni og skerðu lítinn odd af.
h) Hálffylltu tíu holur af Fashion Eclairs mótinu með mousse, bætið súkkulaði crunchy perlum út í og hyljið með öðru lagi af mousse.
i) Sléttið það út og frystið, þakið filmu.

SHORTCRUST:
j) Blandið flórsykri og smjöri þar til rjómakennt.
k) Bætið möluðum möndlum, salti og hveiti út í og hnoðið síðan með þeyttu egginu til að mynda slétt deig.
l) Mótaðu deigið í múrstein, settu það inn í matarfilmu og kældu í 1 klukkustund.
m) Hitið ofninn í 180°C.
n) Fletjið deigið út á hveitistráðu yfirborði í 3 mm þykkt og skerið út tíu mjóar og tíu breiðar ræmur með meðfylgjandi skeri úr Fashion Eclairs mótinu.
o) Setjið lengjurnar á bökunarpappírsklædda ofnplötu og bakið þar til þær eru gullinbrúnar (um það bil 12 mínútur).
p) Geymið stökku smjördeigsræmurnar í málmkexformi til næsta dags.

GANACHE:
q) Látið suðu koma upp í 65 g af rjóma og hellið yfir fínt saxað súkkulaðihúð (eða kall).
r) Látið standa í eina mínútu og blandið síðan í með handblöndunartæki.

s) Bætið kalda rjómanum út í og hrærið vel.
t) Hyljið yfirborð ganachsins með filmu og geymið í kæli yfir nótt.

GLOSS GLÍR:
u) Leggið gelatínið í bleyti.
v) Setjið sykur, vatn og glúkósasíróp í pott í 103 gráður á Celsíus.
w) Hrærið rjóma og sigtuðu kakói saman við.
x) Leysið bleytt gelatínið upp í gljáanum og blandið því saman með handþeytara.
y) Hellið gljáanum í gegnum sigti, hyljið með filmu og geymið í kæli yfir nótt.

SAMSETNING:
z) Hitið súkkulaðigljáann þar til hann verður fljótandi.
aa) Takið eclairs úr sílikonforminu og setjið á grind yfir fat.
bb) Hellið súkkulaðispegilgljáanum yfir eclairs og tryggið að þeir séu að fullu þaktir.
cc) Notaðu tannstöngla til að setja þá varlega á breiðar ræmur af smjördeiginu.
dd) Þeytið ganachið og pípið litla díla á eclairs.
ee) Skreytið með stökkum perlum.
ff) Berið fram strax eftir afþíðingu.

2.Galaxy Mirror Gljáður hvítt súkkulaði Eclairs

HRÁEFNI:
FYRIR ECLAIR SKEJARNAR:
- 150ml vatn
- 75 g ósaltað smjör
- ¼ teskeið salt
- 150 g alhliða hveiti
- 4 stór egg

FYRIR GALAXY MIRROR GLÍAN:
- 8 blöð (16g) gelatín
- 200 g hvítt súkkulaði, saxað
- 200ml sykruð þétt mjólk
- 300 g kornsykur
- 150ml vatn
- 150ml þungur rjómi
- Gel matarlitur (blár, fjólublár, bleikur og svartur)

LEIÐBEININGAR:
FYRIR ECLAIR SKEJARNAR:
a) Forhitaðu ofninn þinn í 200°C (390°F) og klæddu bökunarplötu með bökunarpappír.
b) Blandið vatni, smjöri og salti saman í pott. Hitið við meðalhita þar til smjörið er bráðið og blandan kemur að suðu.
c) Bætið hveitinu í einu út í og hrærið kröftuglega með tréskeið þar til blandan myndar kúlu og togar frá hliðunum á pönnunni. Þetta ætti að taka um 1-2 mínútur.
d) Færið deigið í hrærivélaskál og látið kólna í nokkrar mínútur.
e) Bætið eggjunum út í, einu í einu, hrærið vel saman eftir hverja viðbót. Deigið á að vera slétt og gljáandi.
f) Flyttu deigið í sprautupoka með stórum hringlaga odd.
g) Settu 4-5 tommu langar ræmur á tilbúna bökunarplötuna og skildu eftir nægt bil á milli þeirra til að stækka.
h) Bakið í forhituðum ofni í 25-30 mínútur eða þar til eclairarnir eru orðnir uppblásnir og gullinbrúnir.
i) Takið þær úr ofninum og látið þær kólna alveg á grind.

FYRIR GALAXY MIRROR GLÍAN:
j) Leggið matarlímsblöðin í bleyti í köldu vatni þar til þau eru mjúk.

k) Settu saxaða hvíta súkkulaðið og sykraða þétta mjólkina í hitaþolna skál. Setja til hliðar.
l) Blandið saman kornsykri, vatni og þungum rjóma í pott. Hitið yfir meðalhita, hrærið þar til sykurinn er alveg uppleystur og blandan er að sjóða.
m) Takið pottinn af hellunni og bætið mjúku gelatínblöðunum út í. Hrærið þar til gelatínið er alveg uppleyst.
n) Hellið heitu rjómablöndunni yfir hvíta súkkulaðið og þétta mjólkina. Látið standa í eina mínútu til að bræða súkkulaðið, hrærið síðan þar til það er slétt og vel blandað.
o) Skiptu gljáanum í nokkrar skálar og litaðu hverja þeirra með mismunandi gelmatarlitum (bláum, fjólubláum, bleikum og svörtum) til að skapa vetrarbrautaáhrif. Notaðu tannstöngul til að hringla litunum saman í hverri skál.
p) Leyfið gljáanum að kólna í um 30-35°C (86-95°F) áður en hann er notaður.

SAMSETNING:

q) Þegar eclairs hafa kólnað skaltu nota lítinn hringlaga odd til að gera þrjú göt í botn hvers eclair.
r) Fylltu eclairs með eigin vali fyllingu. Þú getur notað þeyttan rjóma, sætabrauðsrjóma eða blöndu af hvoru tveggja.
s) Dýfðu toppnum á hverjum eclair í vetrarbrautarspegilgljáann og láttu allt umfram leka af.
t) Settu gljáðu eclairana á vírgrind til að harðna, og gljáinn mun skapa falleg vetrarbrautaáhrif þegar hann drýpur niður.
u) Leyfið gljáanum að harðna alveg.
v) Berið fram og njótið töfrandi Galaxy Mirror Gljáða hvíts súkkulaði Eclairs!

3.Litríkir Eclairs með Mirror Glaze og Sand Crumb

HRÁEFNI:
FYRIR CHOUX SÆTABRAUÐ:
- 8 aura vatn
- 4 aura ósaltað smjör
- ½ tsk kosher salt
- 1 matskeið kornaður hvítur sykur
- 5 aura sigtað brauðhveiti
- 1 tsk valfrjálst vanilluþykkni
- 4 stór egg
- Gel matarlitur (ýmsir litir)

FYRIR ECLAIR-FYLLINGU(VELDU 1):
- 1 ½ skammtur af vanillu sætabrauðskremi
- 1 ½ lota af súkkulaðibrauðskremi

FYRIR SPEILGLJÁR :
- 12 aura hvítar súkkulaðiflögur
- 6 aura þungur rjómi
- Gel matarlitur (ýmsir litir)

FYRIR SANDKRUMLA:
- ½ bolli graham cracker mola
- 2 matskeiðar kornsykur
- 2 matskeiðar ósaltað smjör (brætt)

LEIÐBEININGAR:
CHOUX SÆTABRAUÐ:
a) Blandið vatni, smjöri, salti og sykri saman í pott. Hitið við meðalhita þar til smjörið er bráðið og blandan kemur að suðu.
b) Takið pottinn af hitanum, bætið sigtuðu brauðhveiti út í og hrærið hratt þar til blandan myndar slétta deigkúlu.
c) Leyfið deiginu að kólna aðeins, bætið svo eggjunum út í einu í einu og hrærið vel saman eftir hverja viðbót. Deigið á að vera slétt og glansandi.
d) Skiptið choux deiginu í aðskildar skálar fyrir hvern lit sem þú vilt nota. Bætið nokkrum dropum af hlaupmatarlit í hverja skál og blandið þar til þú hefur náð þeim litum sem þú vilt.
e) Forhitaðu ofninn þinn í 400°F (200°C). Klæðið bökunarplötu með bökunarpappír.

f) Settu litaða choux-deigið í eclairs á tilbúnu bökunarplötunni. Þú getur notað sætabrauðspoka eða Ziploc poka með horninu skorið af.
g) Bakið í 15 mínútur við 400°F (200°C), lækkið síðan hitann í 350°F (180°C) og bakið í 20-25 mínútur í viðbót, eða þar til eclairarnir eru gullbrúnir og uppblásnir. Ekki opna ofninn meðan á bakstri stendur.

ECLAIR FYLLING:
h) Undirbúið annað hvort vanillu sætabrauðskrem eða súkkulaði sætabrauðskrem eins og þú vilt.

SPEGELGLJÁR :
i) Setjið hvítar súkkulaðibitar í hitaþolna skál.
j) Hitið þungan rjómann í potti þar til hann byrjar að sjóða. Hellið heita rjómanum yfir hvítu súkkulaðibitana og látið standa í eina mínútu. Hrærið þar til súkkulaðið er alveg bráðið og blandan slétt.
k) Skiptið gljáanum í aðskildar skálar og setjið gel matarlit í hverja skál til að ná þeim litum sem óskað er eftir.

SANDKRUMLA:
l) Í lítilli skál, blandið graham cracker mola og strásykri.
m) Bætið bræddu ósöltuðu smjöri út í blönduna og hrærið þar til það hefur blandast vel saman.

SAMSETNING:
n) Þegar eclairarnir hafa kólnað skaltu skera þá í tvennt lárétt.
o) Fylltu hvern eclair með rjómafyllingunni sem þú velur.
p) Dýfðu toppnum á hverri eclair í litaða spegilgljáann, láttu umframmagn leka af.
q) Stráið sandmolablöndunni yfir gljáðu toppana á eclairs til að auka áferð og skraut.
r) Leyfðu spegilgljánum að harðna í nokkrar mínútur og þá eru litríkir Eclairs með Mirror Glaze og Sand Crumb tilbúnir til að bera fram!
s) Njóttu dýrindis og litríkra eclairs!

4.Spegilgleráð hvítt súkkulaði Eclairs

HRÁEFNI:
FYRIR KÆRURKREM:
- 4 eggjarauður
- 380 grömm nýmjólk (1 ¾ bolli)
- 100 grömm af sykri
- 2 matskeiðar maíssterkju
- 2 matskeiðar alhliða hveiti
- 1 tsk vanilluþykkni (eða 1 vanillustöng)
- Skvetta af koníaki eða rommi
- ½ bolli þungur rjómi (til þeyta)

FYRIR CHOUX SÆTABRAUÐIÐ:
- 120 grömm nýmjólk (½ bolli)
- 120 grömm af vatni (½ bolli)
- 120 grömm smjör (8½ matskeiðar smjör)
- 145 grömm af brauði eða glútenríku hveiti (1 bolli)
- 6 grömm salt (0,2 aura, 1 stig matskeið kosher salt)
- Um 6 heil stór egg

FYRIR GLÍAN:
- 200 grömm af hvítu súkkulaði
- Valfrjáls matarlitur

LEIÐBEININGAR:
UNDIRBÚÐU BAKAÐARKREMIÐ :
a) Hrærið eggjarauður með sykrinum þar til þær eru léttar og ljósar.
b) Þeytið maíssterkju og hveiti út í.
c) Hitið mjólk og vanillu í potti þar til rétt byrjar að malla.
d) Bætið ⅓ af mjólkinni út í eggjarauðuna til að tempra. Hrærið og bætið öðrum ⅓ af mjólkinni saman við. Bættu síðan við síðasta ⅓.
e) Setjið fljótandi mjólk + eggjarauður aftur í pottinn og hitið þar til rjóminn hefur þykknað.
f) Takið af pönnunni í skál og kælið sætabrauðskremið yfir ísbaði eða í kæli.
g) Á meðan sætabrauðskremið er að kólna, þeytið þungan rjómann að stífum toppum. Þegar sætabrauðskremið er orðið kalt, blandið helmingnum af þeyttum rjómanum saman við þar

til það er bara blandað saman. Brjótið svo helminginn sem eftir er saman við.

UNDIRBÚÐU CHOUX:
h) Hitið mjólk, vatn, salt og smjör þar til það er rétt að gufa.
i) Bætið öllu hveitinu út í í einu og hrærið til að koma öllu hráefninu saman. Haltu áfram að elda í um það bil 1 mínútu til að keyra út auka raka.
j) Flyttu þetta deig í skál. Bíddu í nokkrar mínútur þar til það kólnar áður en eggjunum er bætt út í.
k) Vinnið eitt í einu, bætið hverju eggi við deigið og þeytið til að blandast að fullu. Þegar deigið er silkimjúkt og dettur af skeiðinni undir þyngdinni, takið það úr skálinni og setjið það í pípupoka.
l) Notaðu sílikonmottu eða smjörpappír á pönnuna þína og píptu 6 tommu (15 cm) þræði. Hafðu þær þunnar þar sem þær blása upp við bakstur.
m) Bakið við 360°F (182°C) í um 30-35 mínútur þar til choux er jafnbrúnt og örlítið stökkt. Settu þær á kæligrind til að kólna.

UNDIRBÚÐU GLÍAN:
n) Bræðið hvíta súkkulaðið með tvöföldum katli eða örbylgjuofni í 30 sekúndna hraða. Hér þarf ekki að tempra súkkulaðið. Haltu því heitu þar til það er tilbúið fyrir glerjun.
o) Fylltu Choux:
p) Notaðu tannstöngul til að gera tvö göt efst á eclairs á gagnstæðum endum.
q) Stingdu oddinum í og kreistu varlega þar til þú sérð sætabrauðskremið ná hinum megin. Þurrkaðu brúnirnar af öllu umframmagni.
r) Gljáðu og kláraðu **ECLAIRS:**
s) Dýfðu hverjum áfylltum eclair í gljáann þannig að hann hylji að fullu efri helminginn. Notaðu fingurinn til að hreinsa upp ófullkomleika.
t) Til að fá röndótt áhrif, pípaðu fljótt yfir bráðið súkkulaði.
u) Njóttu kremsins inni skömmu eftir að hafa verið fyllt. Þó að þeir endast í nokkra daga í kæli, verða þeir mjúkir og blautir.

5.Eclairs með Pink Mirror Glaze

HRÁEFNI:
FYRIR CHOUX SÆTABRAUÐ:
- 8 aura vatn
- 4 aura ósaltað smjör
- ½ tsk kosher salt
- 1 matskeið kornaður hvítur sykur
- 5 aura sigtað brauðhveiti (eða alhliða hveiti)
- 1 tsk vanilluþykkni
- 8 aura egg (um það bil 4 stór egg)
- Bleikur gel matarlitur

FYRIR ECLAIR FYLLING:
- Vanillubrauðskrem (þú getur notað tilbúna blöndu)

FYRIR BLEIKAN SPEGELGLÍA:
- 12 aura hvítar súkkulaðiflögur
- 6 aura þungur rjómi
- Bleikur gel matarlitur

TIL SKREIT:
- Kókoshnetuspænir
- Fersk hindber

LEIÐBEININGAR:
UNDIRBÚÐU CHOUX-BAKET:
a) Í potti, blandaðu vatni, ósaltuðu smjöri, kosher salti og kornuðum hvítum sykri. Hitið við meðalháan hita þar til blandan kemur að suðu og smjörið er alveg bráðnað.
b) Lækkið hitann í lágan og bætið sigtuðu brauðhveiti (eða alhliða hveiti) út í í einu. Hrærið kröftuglega með tréskeið þar til deigið myndar kúlu og togar frá hliðunum á pönnunni.
c) Takið af hitanum og látið kólna í nokkrar mínútur.
d) Bætið eggjunum smám saman út í, einu í einu, hrærið vel saman eftir hverja viðbót. Gakktu úr skugga um að hvert egg sé að fullu blandað áður en þú bætir því næsta við.
e) Hrærið vanilluþykkni og nokkrum dropum af bleikum gel matarlit saman við til að ná æskilegum bleikum lit.

Píptu og bakaðu ECLAIRS:
f) Forhitaðu ofninn þinn í 375°F (190°C) og klæddu bökunarplötu með bökunarpappír.

g) Flyttu choux sætabrauðsdeigið í sætabrauðspoka með stórum hringlaga enda.
h) Píptu éclair form á smjörpappírinn og skildu eftir smá bil á milli hvers og eins.
i) Bakið í forhituðum ofni í um 25-30 mínútur, eða þar til eclairarnir eru gullinbrúnir og uppblásnir.
j) Takið úr ofninum og látið þær kólna alveg.

FYLLUU ECLAIRS:
k) Þegar eclairs eru kæld, opnaðu þá lárétt í sneiðar.
l) Fylltu hvern eclair með vanillubrauðskremi með því að nota pípupoka eða skeið.

UNDIRBÚIÐ BLEIKAN SPEGILGLÍA :
m) Blandið saman hvítum súkkulaðiflögum og þungum rjóma í örbylgjuofnþolinni skál. Örbylgjuofn með 30 sekúndna millibili, hrært í eftir hvert hlé, þar til blandan er orðin slétt og súkkulaðið alveg bráðið.
n) Hrærið bleikum hlaupmatarlit saman við þar til þú færð þann bleika blæ sem þú vilt.

Gljáðu ECLAIRS:
o) Dýfðu toppunum á hverjum eclair ofan í bleika spegilgljáann og láttu umfram gljáa leka af.
p) Settu gljáðu eclairana á vírgrind til að stífna.
q) Á meðan gljáinn er enn örlítið klístraður skaltu strá kókoshnetuspúðum ofan á eclairs.
r) Settu fersk hindber ofan á hvern eclair.
s) Leyfið gljáanum að harðna að fullu áður en hann er borinn fram. Njóttu dýrindis Eclairs með Pink Mirror Glaze!

6.Súkkulaði heslihnetuspegill gljáður Eclairs

HRÁEFNI:
FYRIR CHOUX SÆTABRAUÐIÐ:
- 1 bolli vatn
- 1/2 bolli ósaltað smjör
- 1 bolli alhliða hveiti
- 4 stór egg

FYRIR FYLLINGU:
- 2 bollar sætabrauðskrem
- 1/2 bolli Nutella

FYRIR SÚKKULAÐI HESSELNUTUSPEILGLÍAN:
- 1/2 bolli vatn
- 1 bolli kornsykur
- 1/2 bolli sykruð þétt mjólk
- 1 1/2 bollar dökkt súkkulaði, saxað
- 1/4 bolli heslihnetur, saxaðar (til skrauts)

LEIÐBEININGAR:
CHOUX SÆTABRAUÐ:
a) Blandið vatni og smjöri saman í pott. Látið suðu koma upp.
b) Bætið hveiti út í og hrærið kröftuglega þar til blandan myndar kúlu. Takið af hitanum.
c) Látið deigið kólna aðeins, bætið síðan eggjunum við einu í einu og hrærið vel saman eftir hverja viðbót.
d) Flyttu deigið yfir í pípupoka og settu eclairs á bökunarplötu.
e) Bakið í forhituðum ofni við 375°F (190°C) í 25-30 mínútur eða þar til gullbrúnt.

FYLLING:
f) Þegar eclairarnir eru orðnir kaldur, skera þá í tvennt lárétt.
g) Blandið Nutella saman við sætabrauðskremið þar til það hefur blandast vel saman.
h) Fylltu hvern eclair af súkkulaði heslihnetufyllingunni með því að nota töfrapoka eða skeið.

SÚKKULAÐI HESSELNUTUSPEGIGLÁR:
i) Blandið saman vatni, sykri og sætri þéttri mjólk í pott. Látið suðuna koma upp.

j) Takið af hitanum og bætið dökka súkkulaðinu út í. Hrærið þar til slétt.
k) Látið gljáann kólna í 90-95°F (32-35°C).

SAMSETNING:
l) Settu vírgrind yfir bökunarplötu til að ná umfram gljáa.
m) Dýfðu toppnum á hverjum eclair í súkkulaðiheslihnetuspegluna, tryggðu jafna húð.
n) Leyfðu umfram gljáa að leka af og færðu síðan eclairs yfir á vírgrind.
o) Stráið söxuðum heslihnetum ofan á til skrauts.
p) Látið gljáann stífna í um 15 mínútur áður en hann er borinn fram.
q) Njóttu eftirlátssemi súkkulaði heslihnetu Mirror Glazed Eclairs!

7.Hindberjasítrónuspegill gljáður Eclairs

HRÁEFNI:
FYRIR CHOUX SÆTABRAUÐIÐ:
- 1 bolli vatn
- 1/2 bolli ósaltað smjör
- 1 bolli alhliða hveiti
- 4 stór egg

FYRIR FYLLINGU:
- 2 bollar sætabrauðskrem
- 1 bolli fersk hindber
- Börkur af 1 sítrónu

FYRIR HINBERBERJA SÍTRÓNUSPEILGLÁINN:
- 1/2 bolli vatn
- 1 bolli kornsykur
- 1/2 bolli sykruð þétt mjólk
- 1 1/2 bollar hvítt súkkulaði, saxað
- Börkur af 1 sítrónu
- 1/2 bolli fersk hindber (til skrauts)

LEIÐBEININGAR:
CHOUX SÆTABRAUÐ:
a) Blandið vatni og smjöri saman í pott. Látið suðu koma upp.
b) Bætið hveiti út í og hrærið kröftuglega þar til blandan myndar kúlu. Takið af hitanum.
c) Látið deigið kólna aðeins, bætið síðan eggjunum við einu í einu og hrærið vel saman eftir hverja viðbót.
d) Flyttu deigið yfir í pípupoka og settu eclairs á bökunarplötu.
e) Bakið í forhituðum ofni við 375°F (190°C) í 25-30 mínútur eða þar til gullbrúnt.

FYLLING:
f) Þegar eclairarnir eru orðnir kaldur, skera þá í tvennt lárétt.
g) Blandið ferskum hindberjum og sítrónuberki saman við sætabrauðskremið þar til það hefur blandast vel saman.
h) Fylltu hvern eclair með hindberjasítrónufyllingunni með því að nota úðapoka eða skeið.

HINBERBERJA SÍTRÓNUSPEGIGLÁR :
i) Blandið saman vatni, sykri og sætri þéttri mjólk í pott. Látið suðuna koma upp.
j) Takið af hitanum og bætið hvíta súkkulaðinu út í. Hrærið þar til slétt.
k) Bætið sítrónuberki út í gljáann og blandið vel saman.
l) Látið gljáann kólna í 90-95°F (32-35°C).

SAMSETNING:
m) Settu vírgrind yfir bökunarplötu til að ná umfram gljáa.
n) Dýfðu toppnum á hverjum eclair í hindberjasítrónuspegilgljáann, tryggðu jafna húð.
o) Leyfðu umfram gljáa að leka af og færðu síðan eclairs yfir á vírgrind.
p) Settu fersk hindber ofan á hvern eclair til skrauts.
q) Látið gljáann stífna í um 15 mínútur áður en hann er borinn fram.

8.Kaffi Karamellu Mirror Gljáður Eclairs

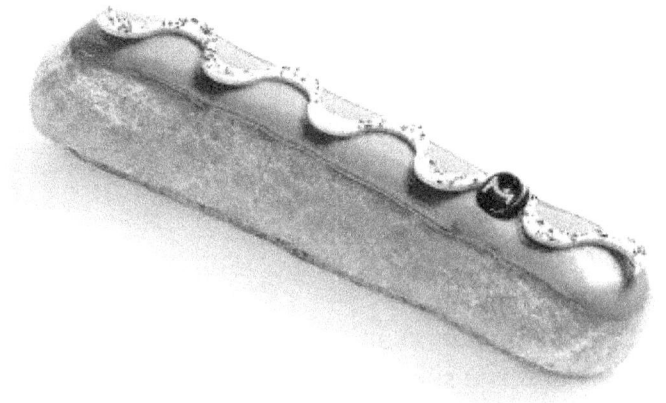

HRÁEFNI:
FYRIR CHOUX SÆTABRAUÐIÐ:
- 1 bolli vatn
- 1/2 bolli ósaltað smjör
- 1 bolli alhliða hveiti
- 4 stór egg

FYRIR FYLLINGU:
- 2 bollar sætabrauðskrem
- 2 matskeiðar skyndikaffi
- 1/2 bolli karamellusósa

FYRIR KAFFI KARAMELLU SPEILGLÍAN:
- 1/2 bolli vatn
- 1 bolli kornsykur
- 1/2 bolli sykruð þétt mjólk
- 1 1/2 bollar dökkt súkkulaði, saxað
- 2 matskeiðar skyndikaffi

LEIÐBEININGAR:
CHOUX SÆTABRAUÐ:
a) Blandið vatni og smjöri saman í pott. Látið suðu koma upp.
b) Bætið hveiti út í og hrærið kröftuglega þar til blandan myndar kúlu. Takið af hitanum.
c) Látið deigið kólna aðeins, bætið síðan eggjunum við einu í einu og hrærið vel saman eftir hverja viðbót.
d) Flyttu deigið yfir í pípupoka og settu eclairs á bökunarplötu.
e) Bakið í forhituðum ofni við 375°F (190°C) í 25-30 mínútur eða þar til gullbrúnt.

FYLLING:
f) Þegar eclairarnir eru orðnir kaldur, skera þá í tvennt lárétt.
g) Leysið skyndikaffi upp í litlu magni af heitu vatni. Blandið því saman við sætabrauðskremið.
h) Bætið karamellusósu út í kaffibragðskremið þar til það hefur blandast vel saman.
i) Fylltu hvern eclair af kaffikaramellufyllingunni með því að nota töfrapoka eða skeið.

KAFFI KARAMELLU SPEGILJÁR:

j) Blandið saman vatni, sykri og sætri þéttri mjólk í pott. Látið suðuna koma upp.
k) Takið af hitanum og bætið dökku súkkulaðinu og instantkaffinu út í. Hrærið þar til slétt.
l) Látið gljáann kólna í 90-95°F (32-35°C).

SAMSETNING:

m) Settu vírgrind yfir bökunarplötu til að ná umfram gljáa.
n) Dýfðu toppnum á hverri eclair ofan í kaffikaramelluspegilgljáann, tryggðu jafna húð.
o) Leyfðu umfram gljáa að leka af og færðu síðan eclairs yfir á vírgrind.
p) Látið gljáann stífna í um 15 mínútur áður en hann er borinn fram.
q) Njóttu dýrindis kaffi karamellu Mirror Glazed Eclairs!

9.Matcha hvítsúkkulaðispegill gljáður Eclairs

HRÁEFNI:
FYRIR CHOUX SÆTABRAUÐIÐ:
- 1 bolli vatn
- 1/2 bolli ósaltað smjör
- 1 bolli alhliða hveiti
- 4 stór egg

FYRIR FYLLINGU:
- 2 bollar sætabrauðskrem
- 2 tsk matcha duft

FYRIR MATCHA HVÍTA SÚKKULAÐI SPEGELGLÍAN:
- 1/2 bolli vatn
- 1 bolli kornsykur
- 1/2 bolli sykruð þétt mjólk
- 1 1/2 bollar hvítt súkkulaði, saxað
- 2 tsk matcha duft

LEIÐBEININGAR:
CHOUX SÆTABRAUÐ:
a) Blandið vatni og smjöri saman í pott. Látið suðu koma upp.
b) Bætið hveiti út í og hrærið kröftuglega þar til blandan myndar kúlu. Takið af hitanum.
c) Látið deigið kólna aðeins, bætið síðan eggjunum við einu í einu og hrærið vel saman eftir hverja viðbót.
d) Flyttu deigið yfir í pípupoka og settu eclairs á bökunarplötu.
e) Bakið í forhituðum ofni við 375°F (190°C) í 25-30 mínútur eða þar til gullbrúnt.

FYLLING:
f) Þegar eclairarnir eru orðnir kaldur, skera þá í tvennt lárétt.
g) Blandið matcha dufti í sætabrauðskremið þar til það hefur blandast vel saman.
h) Fylltu hvern eclair af matcha-bragðbættri fyllingunni með því að nota pípupoka eða skeið.

MATCHA HVÍT SÚKKULAÐI SPEGELGLÁR:
i) Blandið saman vatni, sykri og sætri þéttri mjólk í pott. Látið suðuna koma upp.

j) Takið af hitanum og bætið hvíta súkkulaðinu og matchaduftí út í. Hrærið þar til slétt.
k) Látið gljáann kólna í 90-95°F (32-35°C).

SAMSETNING:

l) Settu vírgrind yfir bökunarplötu til að ná umfram gljáa.
m) Dýfðu toppnum á hverri eclair í matcha hvíta súkkulaðispegilgljáann, tryggðu jafna húð.
n) Leyfðu umfram gljáa að leka af og færðu síðan eclairs yfir á vírgrind.
o) Látið gljáann stífna í um 15 mínútur áður en hann er borinn fram.

SÚKKULAÐI ECLAIRS

10.Karamellu súkkulaði Eclairs

HRÁEFNI:
- 12 Eclair skeljar, ófylltar
- 2 bollar Karamellu sætabrauðskrem, kælt
- 1 bolli súkkulaði ganache, við stofuhita

LEIÐBEININGAR:
a) Notaðu lítinn skurðhníf til að búa til lítið gat á hvorum enda hvers eclair.
b) Fylltu sætabrauðspoka með litlum látlausum þjórfé með kældu karamellu sætabrauðskremi.
c) Settu oddinn í eitt gat á eclair og kreistu varlega til að fylla hann. Endurtaktu ferlið fyrir hina holuna.
d) Haltu áfram að fylla hverja eclair þar til allir eru fylltir af dýrindis karamellu sætabrauðskreminu.
e) Notaðu lítinn offset spaða til að gljáa hvern eclair jafnt með súkkulaðiganache við stofuhita.
f) Leyfið ganachinu að stífna áður en þessar ljúffengu karamellusúkkulaði-eclairs eru bornar fram.

11.Súkkulaði Eclairs með vanilósafyllingu

HRÁEFNI:
ECLAIRS:
- 1 bolli vatn
- 1/2 bolli smjör
- 1/4 tsk salt
- 1 bolli hveiti
- 4 stór egg

CUSTARD FYLLING:
- 3 bollar mjólk
- 1/2 bolli sykur
- 3 matskeiðar maíssterkju
- 4 eggjarauður
- 2 tsk vanilluþykkni

SÚKKULAÐI GLÁR:
- 12 aura hálfsætar súkkulaðiflögur
- 1/4 bolli stytting
- 1/4 bolli létt maíssíróp
- 6 matskeiðar mjólk

LEIÐBEININGAR:
CUSTARD FYLLING:
a) Hitið mjólkina hægt í meðalstórum potti þar til loftbólur myndast í kringum brúnina.
b) Blandið saman sykri og maíssterkju í lítilli skál og blandið vel saman. Hrærið blöndunni út í heitu mjólkina í einu.
c) Eldið, hrærið, við meðalhita þar til blandan sýður. Lækkið hitann og látið malla í 1 mínútu.
d) Þeytið lítið magn af blöndunni út í eggjarauðurnar. Hellið aftur í pottinn og eldið, hrærið, við meðalhita þar til blandan sýður og þykknar.
e) Hrærið vanillu út í. Settu vaxpappír á yfirborðið til að koma í veg fyrir að húð myndist. Geymið í kæli þar til það er tilbúið til notkunar. Gerir 3 bolla, nóg til að fylla 12 eclairs.

SÚKKULAÐI GLÁR:
f) Ofan í tvöföldum katli yfir heitu (ekki sjóðandi) vatni, bræðið súkkulaði með matfetti.

g) Bætið við maíssírópi og mjólk. Hrærið þar til slétt og vel blandað. Látið kólna aðeins.
h) Dreifið gljáanum yfir eclairs. Gerir 2 bolla, nóg til að gljáa 12 eclairs.

ECLAIRS:
i) Forhitið ofninn í 400°F.
j) Hitið vatn, smjör og salt að suðu. Takið af hitanum og hrærið hveiti út í.
k) Þeytið yfir lágum hita þar til blandan fer úr hliðum pönnunnar.
l) Takið af hitanum og þeytið egg út í, eitt í einu, þar til blandan er glansandi, satínrík og brotnar í þræði.
m) Slepptu deiginu með þremur tommum í sundur á ósmurt lak og myndaðu 12 ræmur, hver 4 x 1 tommu.
n) Bakið í 35 til 40 mínútur þar til þær hljóma holar þegar ýtt er á þær. Haltu í burtu frá drögum.
o) Skerið toppana á eclairs og fyllið með vanilósa.
p) Dreifið toppunum með súkkulaðigljáa, kælið og berið fram.
q) Njóttu þessara decadent súkkulaði Eclairs með ljúffengri vanilósafyllingu!

12. Súkkulaði Grand Marnier Eclairs

HRÁEFNI:
ECLAIR DEIGT:
- 3 stór egg, við stofuhita
- 2/3 bolli vatn
- 5 matskeiðar ósaltað smjör, skorið í 1/2 tommu teninga
- 1/8 tsk salt
- 2/3 bolli sigtað alhliða hveiti
- 1/2 tsk appelsínubörkur

SÚKKULAÐI GRAND MARNIER FYLLING:
- 3 aura hálfsætt súkkulaði, gróft saxað
- 3 matskeiðar vatn
- 2 matskeiðar Grand Marnier
- 2 matskeiðar kalt vatn
- 1 1/2 tsk óbragðbætt gelatínduft
- 1 bolli þungur rjómi
- 1 matskeið appelsínusafi
- 1/2 bolli konfektsykur

APPELSINS GLÁR:
- 1 matskeið appelsínusafi
- 1/4 bolli konfektsykur

LEIÐBEININGAR:
ECLAIR DEIGT:
a) Forhitið ofninn í 425 gráður F. Klæðið tvær bökunarplötur með bökunarpappír.
b) Hrærið eggin í mæliglasi úr gleri þar til þau blandast saman. Geymið 2 matskeiðar af þeyttum eggjum í litlum bolla.
c) Blandið saman vatni, smjöri og salti í meðalþungum potti. Hitið við meðalhita þar til smjörið hefur bráðnað.
d) Hækkið hitann í meðalháan og látið suðuna koma upp. Takið af hitanum.
e) Hrærið hveiti og appelsínuberki saman við með vírþeytara. Þeytið kröftuglega þar til slétt.
f) Setjið pönnuna aftur á hita, hrærið stöðugt í með tréskeið. Eldið í 30 til 60 sekúndur þar til deigið myndar mjög slétta kúlu.

g) Flyttu deigið yfir í stóra skál. Hellið fráteknum 1/2 bolla af þeyttum eggjum yfir deigið og þeytið kröftuglega með tréskeið þar til blandan myndar slétt, mjúkt deig.

BAKANDI ECLAIRS:

h) Fylltu sætabrauðspoka með 5/6 tommu látlausum þjórfé með eclair deiginu. Pípaðu 5 tommu ræmur um það bil 1/2 tommu breiðar á tilbúnu bökunarplöturnar og skildu eftir um 1 1/2 tommu á milli eclairs.

i) Dýfðu fingrinum í eitthvað af þeyttu egginu sem eftir er og sléttaðu varlega niður „hala" sem eftir eru af pípunum. Penslið toppana á eclairunum létt með meira af egginu.

j) Bakið eclairs, eina bökunarplötu í einu, í 10 mínútur. Stingdu ofnhurðinni opnum um 2 tommur með handfangi tréskeiðar.

k) Lækkaðu ofnhitann í 375 gráður F og lokaðu ofnhurðinni. Haltu áfram að baka eclairs í 20 til 25 mínútur þar til þeir eru stökkir.

l) Færðu eclairs yfir á vír grind og kældu alveg.

SÚKKULAÐI GRAND MARNIER FYLLING:

m) Bræðið súkkulaðið með vatni og Grand Marnier samkvæmt ráðleggingum um súkkulaðibræðslu.

n) Í litlum potti, stráið matarlíminu yfir kalt vatnið og látið standa í 5 mínútur til að mýkjast.

o) Setjið pottinn yfir lágan hita, eldið í 2 til 3 mínútur, hrærið stöðugt í þar til matarlímið leysist alveg upp og blandan er tær. Leyfið því að kólna þar til það er orðið heitt.

p) Þeytið þungan rjómann á lágum hraða í kældri hrærivélarskál. Bætið kældu matarlímsblöndunni smám saman út í í hægum straumi á meðan haldið er áfram að þeyta.

q) Stöðvaðu hrærivélina, skafðu niður hliðina á skálinni og bættu kældu bræddu súkkulaðiblöndunni út í. Haltu áfram að þeyta þar til rjóminn byrjar að hrúgast. Ekki yfirþeyta.

r) Hyljið fyllinguna með plastfilmu og kælið í 30 mínútur.

APPELSINS GLÁR:

s) Í lítilli skál, þeytið saman appelsínusafa og sælgætissykur þar til það er slétt.

SAMLAÐU SAMAN OG GLJÁÐU ECLAIRS:

t) Stingdu gat á hvorn enda eclairs með teini.

u) Fylltu sætabrauðspoka með 1/6 tommu látlausum þjórfé með Grand Marnier fyllingunni. Stingið oddinum í gatið á hvorum enda eclairsins og fyllið með fyllingunni.
v) Dreypið appelsínugljáanum ofan á hvern eclair.
w) Skreytið með strimlum af appelsínuberki, ef vill.
x) Njóttu þessara stórkostlegu Chocolate Grand Marnier Eclairs!

13.Frosinn súkkulaði myntu Eclairs

HRÁEFNI:
ECLAIR DEIGT:
- 3 stór egg, við stofuhita
- 1/2 bolli vatn
- 4 1/2 matskeiðar ósaltað smjör, skorið í 1/2 tommu teninga
- 1 1/2 matskeiðar kornsykur
- 1/2 tsk myntuþykkni
- 3/4 bolli sigtað alhliða hveiti
- 3 matskeiðar sigtað ósykrað basískt kakóduft

FROZIN MYNTUFYLLING:
- 8 aura rjómaostur, mildaður
- 3/4 bolli sykruð þétt mjólk
- 2 matskeiðar hvít creme de menthe
- 4 aura hálfsætt súkkulaði með myntubragði, smátt saxað

SÚKKULAÐI MYNTU SÓSA:
- 6 aura hálfsætt súkkulaði með myntubragði, smátt saxað
- 2/3 bolli þungur rjómi
- 2 matskeiðar létt maíssíróp
- 2 tsk vanilluþykkni

SKREYTIÐ:
- Fersk mynta

LEIÐBEININGAR:
ECLAIR DEIGT:
a) Forhitið ofninn í 425 gráður F. Klæðið tvær bökunarplötur með bökunarpappír.
b) Hrærið eggin í mæliglasi úr gleri þar til þau blandast saman. Geymið 2 matskeiðar af þeyttum eggjum í litlum bolla.
c) Blandið saman vatni, smjöri og sykri í meðalþungum potti. Hitið við meðalhita þar til smjörið hefur bráðnað.
d) Hækkið hitann í meðalháan og látið suðuna koma upp. Takið af hitanum.
e) Hrærið myntuþykkni út í. Hrærið hveiti og kakói saman við með vírþeytara. Þeytið kröftuglega þar til blandan er orðin slétt og losnar frá hliðunum á pönnunni.
f) Setjið pönnuna aftur á hita, hrærið stöðugt í með tréskeið. Eldið í 30 til 60 sekúndur þar til deigið myndar mjög slétta kúlu.

g) Flyttu deigið yfir í stóra skál. Hellið 1/2 bolla af þeyttum eggjum yfir deigið og þeytið kröftuglega með tréskeið í 45 til 60 sekúndur þar til blandan myndar slétt, mjúkt deig.
h) Fylltu sætabrauðspoka með 5/6 tommu látlausum þjórfé með eclair deiginu. Pípaðu 5 tommu ræmur um það bil 1/2 tommu breiðar á tilbúnu bökunarplöturnar og skildu eftir um 1 1/2 tommu á milli eclairs.
i) Penslið létt ofan á eclairs með afganginum af þeyttu egginu.
j) Bakaðu eclairs í 10 mínútur, lækkaðu síðan ofnhitann í 375 gráður F. Haltu áfram að baka í 20 til 25 mínútur þar til þau eru stökk og glansandi. Færið yfir á vírgrind og kælið alveg.

FROZIN MYNTUFYLLING:
k) Í stórri skál, notaðu rafmagnshrærivél á meðalhraða til að þeyta rjómaostinn þar til hann er sléttur.
l) Bætið sykruðu niðursoðnu mjólkinni og líkjörnum saman við. Þeytið þar til slétt.
m) Hakkaðu súkkulaðinu saman við.
n) Hyljið yfirborð fyllingarinnar með plastfilmu og frystið þar til það er stíft, um 4 klukkustundir.

SÚKKULAÐI MYNTU SÓSA:
o) Setjið súkkulaðið í meðalstóra skál.
p) Í litlum, þungum potti, láttu rjómann og maíssírópið sjóða rólega.
q) Hellið heitu rjómablöndunni yfir súkkulaðið. Látið standa í 30 sekúndur til að bræða súkkulaðið.
r) Þeytið varlega þar til slétt.
s) Hrærið vanillu út í.

SAMNAÐU ECLAIRS:
t) Skerið eclairs í tvennt og fjarlægið allt rakt deig.
u) Skelltu 3 matskeiðum af frosnu fyllingunni í hvern eclair helming.
v) Skiptu um toppinn á eclair.
w) Hellið heitu súkkulaðimyntu sósunni á framreiðsludisk.
x) Setjið eclair ofan á og dreypið meiri sósu yfir.
y) Skreytið með ferskri myntu.

14.Mini súkkulaði Éclairs

HRÁEFNI:
FYRIR CHOUX SÆTABRAUÐIÐ:
- 150ml (um 5 aura) vatn
- 60 g (um 2 aura) smjör
- 75 g (um 2,5 aura) venjulegt hveiti
- 2 stór egg

FYRIR FYLLINGU:
- 200ml (um 7 aura) þeyttur rjómi
- Súkkulaði ganache (úr bræddu súkkulaði og rjóma)

LEIÐBEININGAR:
a) Forhitaðu ofninn þinn í 200°C (390°F). Klæðið bökunarplötu með bökunarpappír.
b) Hitið vatnið og smjörið í potti þar til smjörið er bráðið. Takið af hitanum og bætið hveitinu út í. Hrærið kröftuglega þar til það myndar deigkúlu.
c) Leyfið deiginu að kólna aðeins, þeytið síðan eggin út í einu í einu þar til blandan er slétt og gljáandi.
d) Setjið choux-deigið með skeið eða leggið á bökunarplötuna í litlum éclair-formum.
e) Bakið í um 15-20 mínútur eða þar til þær eru orðnar uppblásnar og gullnar.
f) Þegar það hefur kólnað, skerið hverja éclair í tvennt lárétt. Fyllið með þeyttum rjóma og dreypið súkkulaðiganache yfir.

15.Jello vanillubúðingur Eclairs

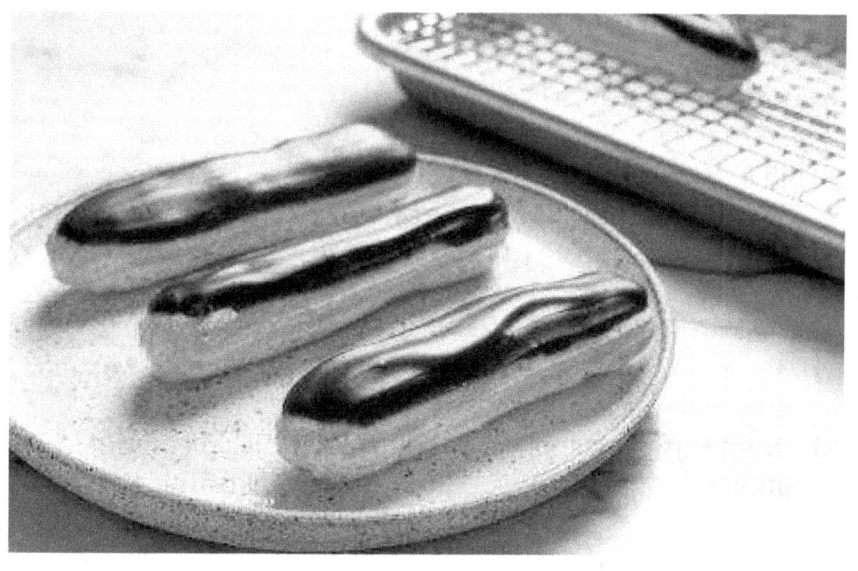

HRÁEFNI:
- 1 pakki (3¼ aura) hlaup vanillubúðingur og bökufylling
- 1½ bolli mjólk
- ½ bolli tilbúin draumaþeyting/þeytt álegg
- 6 matskeiðar smjör
- ¾ bolli vatn
- ¾ bolli sigtað hveiti (allur tilgangur)
- 3 egg
- 2 fermetra ósykrað súkkulaði
- 2 matskeiðar smjör
- 1½ bolli ósigtaður sykur
- Dapur af salti
- 3 matskeiðar mjólk

LEIÐBEININGAR:
GERÐU FYLLING:
a) Eldið búðingsblöndu eins og leiðbeiningar eru á umbúðunum. Minnkaðu mjólk í 1½ bolla.
b) Hyljið yfirborðið með vaxpappír.
c) Kældu í 1 klukkustund. Þeytið búðing þar til slétt er.
d) Brjótið saman við tilbúið álegg.

GERÐU SKEJAR:
e) Hitið 6 matskeiðar af smjöri og vatni að suðu í potti. Draga úr heyra. Hrærið hveiti hratt út í. Eldið og hrærið þar til blandan fer úr hliðum pönnunnar, um það bil 2 mínútur. Takið af hitanum.
f) Þeytið egg út í, eitt í einu. Þeytið vandlega þar til satínkennt. Myndaðu 5 x 1 tommu ræmur af deigi með skeið á ósmurðri ofnplötu, bakaðu við 425 gráður F í 20 mínútur og síðan við 350 gráður í 30 mínútur.

AÐ SETJA SAMSETNING
g) Skerið toppa af skeljum. Fylltu hvern með búðingi. Skiptu um toppa

GERÐU GLJÁR
h) Bræðið súkkulaði með 2 msk smjöri við vægan hita.
i) Takið af hitanum og blandið sykri, salti og 3 msk mjólk út í, dreifið strax á eclairs.

16. Smákökur og rjómi Éclairs

HRÁEFNI:
FYRIR CHOUX SÆTABRAUÐIÐ:
- 1 bolli vatn
- 1/2 bolli ósaltað smjör
- 1 bolli alhliða hveiti
- 1/2 tsk salt
- 1 matskeið sykur
- 4 stór egg

FYRIR KÖKKUR OG RJÓMAFYLLING:
- 1 1/2 bollar þungur rjómi
- 1/4 bolli flórsykur
- 1 tsk vanilluþykkni
- 10 súkkulaðisamlokukökur, muldar

FYRIR SÚKKULAÐI GANACHE:
- 1 bolli hálfsætar súkkulaðiflögur
- 1/2 bolli þungur rjómi
- 2 matskeiðar ósaltað smjör

LEIÐBEININGAR:
CHOUX SÆTABRAUÐ:
a) Forhitaðu ofninn þinn í 425°F (220°C). Klæðið bökunarplötu með bökunarpappír.
b) Blandið saman vatni, smjöri, salti og sykri í potti yfir meðalhita. Látið suðu koma upp.
c) Takið af hitanum og hrærið hveitinu hratt út í þar til deig myndast.
d) Setjið pönnuna aftur á lágan hita og eldið deigið, hrærið stöðugt í, í 1-2 mínútur til að þorna það.
e) Flyttu deigið yfir í stóra blöndunarskál. Látið það kólna í nokkrar mínútur.
f) Bætið eggjum út í einu í einu, þeytið vel eftir hverja viðbót þar til deigið er slétt og glansandi.
g) Flyttu deigið í sprautupoka með stórum hringlaga odd. Settu 4 tommu langar ræmur á tilbúna bökunarplötuna.
h) Bakið í 15 mínútur við 425°F, lækkið síðan hitann í 375°F (190°C) og bakið í 20 mínútur til viðbótar eða þar til hann er gullinbrúnn. Látið kólna alveg.

KÖKKUR OG RJÓMAFYLLING:
i) Þeytið þungan rjómann í blöndunarskál þar til mjúkir toppar myndast.
j) Bætið flórsykri og vanilluþykkni út í. Haltu áfram að þeyta þar til stífir toppar myndast.
k) Brjótið mulið súkkulaðisamlokukökunum varlega saman við.

SÚKKULAÐI GANACHE:
l) Setjið súkkulaðibita í hitaþolna skál.
m) Hitið þungan rjóma í potti þar til hann byrjar að malla.
n) Hellið heita rjómanum yfir súkkulaðið og látið standa í eina mínútu.
o) Hrærið þar til það er slétt, bætið síðan smjöri við og hrærið þar til bráðið.

SAMSETNING:
p) Skerið hvern kældan eclair í tvennt lárétt.
q) Skeið eða pípið kökurnar og rjómafyllinguna á neðri helming hvers eclair.
r) Setjið efri helming eclairsins á fyllinguna.
s) Dýfðu toppnum á hverjum eclair ofan í súkkulaðiganache eða skeiðaðu ganache yfir toppinn.
t) Leyfið ganachinu að stífna í nokkrar mínútur.
u) Valfrjálst, stráið fleiri möluðum smákökum ofan á til skrauts.
v) Berið fram og njótið yndislegrar samsetningar af rjómafyllingu og ríkulegu súkkulaðiganache í hverri kex og rjóma Éclair!

17. Súkkulaði heslihnetu Eclairs

HRÁEFNI:
FYRIR CHOUX SÆTABRAUÐIÐ:
- 1 bolli vatn
- 1/2 bolli ósaltað smjör
- 1 bolli alhliða hveiti
- 4 stór egg

FYRIR FYLLINGU:
- 2 bollar sætabrauðskrem
- 1/2 bolli Nutella (heslihnetuálegg)

FYRIR SÚKKULAÐI HESSELHNETU GANACHE:
- 1 bolli dökkt súkkulaði, saxað
- 1/2 bolli þungur rjómi
- 1/4 bolli heslihnetur, saxaðar (til skrauts)

LEIÐBEININGAR:
CHOUX SÆTABRAUÐ:
a) Blandið vatni og smjöri saman í pott. Látið suðu koma upp.
b) Bætið hveiti út í og hrærið kröftuglega þar til blandan myndar kúlu. Takið af hitanum.
c) Látið deigið kólna aðeins, bætið síðan eggjunum við einu í einu og hrærið vel saman eftir hverja viðbót.
d) Flyttu deigið yfir í pípupoka og settu eclairs á bökunarplötu.
e) Bakið í forhituðum ofni við 375°F (190°C) í 25-30 mínútur eða þar til gullbrúnt.

FYLLING:
f) Þegar eclairarnir eru orðnir kaldur, skera þá í tvennt lárétt.
g) Blandið Nutella saman við sætabrauðskremið þar til það hefur blandast vel saman.
h) Fylltu hvern eclair af súkkulaði heslihnetufyllingunni með því að nota töfrapoka eða skeið.

SÚKKULAÐI HESSELHNETU GANACHE:
i) Hitið þungan rjómann í potti þar til hann byrjar að malla.
j) Hellið heita rjómanum yfir saxað dökkt súkkulaðið. Látið standa í eina mínútu og hrærið síðan þar til það er slétt.
k) Dýfðu toppnum á hverjum eclair í súkkulaði heslihnetu ganache, tryggðu jafna húð.
l) Stráið söxuðum heslihnetum ofan á til skrauts.
m) Leyfið ganachinu að stífna í um 15 mínútur áður en það er borið fram.
n) Njóttu decadent súkkulaði heslihnetu Eclairs!

18.Mint súkkulaði Eclairs

HRÁEFNI:
FYRIR CHOUX SÆTABRAUÐIÐ:
- 1 bolli vatn
- 1/2 bolli ósaltað smjör
- 1 bolli alhliða hveiti
- 4 stór egg

FYRIR FYLLINGU:
- 2 bollar sætabrauðskrem

FYRIR MYNTU SÚKKULAÐI GANACHE:
- 1 bolli dökkt súkkulaði, saxað
- 1/2 bolli þungur rjómi
- 1 tsk piparmyntuþykkni

LEIÐBEININGAR:
CHOUX SÆTABRAUÐ:
a) Blandið vatni og smjöri saman í pott. Látið suðu koma upp.
b) Bætið hveiti út í og hrærið kröftuglega þar til blandan myndar kúlu. Takið af hitanum.
c) Látið deigið kólna aðeins, bætið síðan eggjunum við einu í einu og hrærið vel saman eftir hverja viðbót.
d) Flyttu deigið yfir í pípupoka og settu eclairs á bökunarplötu.
e) Bakið í forhituðum ofni við 375°F (190°C) í 25-30 mínútur eða þar til gullbrúnt.

FYLLING:
f) Þegar eclairarnir eru orðnir kaldur, skera þá í tvennt lárétt.
g) Undirbúðu sætabrauðskremið eða notaðu það sem keypt er í búð.
h) Bætið mögulega teskeið af piparmyntuþykkni við sætabrauðskremið fyrir myntubragð. Blandið vel saman.
i) Fylltu hvern eclair með myntubragðað sætabrauðskreminu með því að nota pípupoka eða skeið.

MYNTU SÚKKULAÐI GANACHE:
j) Hitið þungan rjómann í potti þar til hann byrjar að malla.
k) Hellið heita rjómanum yfir saxað dökkt súkkulaðið. Látið standa í eina mínútu og hrærið síðan þar til það er slétt.
l) Bætið piparmyntuþykkni út í ganache og blandið vel saman.
m) Dýfðu toppnum á hverjum eclair ofan í myntu súkkulaði ganache, tryggðu jafna húð.
n) Leyfið ganachinu að stífna í um 15 mínútur áður en það er borið fram.
o) Njóttu hressandi Mint Chocolate Eclairs!

19. Hvítt súkkulaði hindberja Eclairs

HRÁEFNI:
FYRIR CHOUX SÆTABRAUÐIÐ:
- 1 bolli vatn
- 1/2 bolli ósaltað smjör
- 1 bolli alhliða hveiti
- 4 stór egg

FYRIR FYLLINGU:
- 2 bollar hvítar súkkulaðibitar
- 1 bolli þungur rjómi
- 1/2 bolli hindberjasulta

FYRIR HVÍTA SÚKKULAÐI HINBERBERJA GANACHE:
- 1 bolli hvítt súkkulaði, saxað
- 1/2 bolli þungur rjómi
- Fersk hindber (til skrauts)

LEIÐBEININGAR:
CHOUX SÆTABRAUÐ:
a) Blandið vatni og smjöri saman í pott. Látið suðu koma upp.
b) Bætið hveiti út í og hrærið kröftuglega þar til blandan myndar kúlu. Takið af hitanum.
c) Látið deigið kólna aðeins, bætið síðan eggjunum við einu í einu og hrærið vel saman eftir hverja viðbót.
d) Flyttu deigið yfir í pípupoka og settu eclairs á bökunarplötu.
e) Bakið í forhituðum ofni við 375°F (190°C) í 25-30 mínútur eða þar til gullbrúnt.

FYLLING:
f) Þegar eclairarnir eru orðnir kaldur, skera þá í tvennt lárétt.
g) Hitið þunga rjómann þar til hann byrjar að malla.
h) Hellið heita rjómanum yfir hvítu súkkulaðibitana. Látið standa í eina mínútu og hrærið síðan þar til það er slétt.
i) Blandið hindberjasultu saman við þar til það hefur blandast vel saman.
j) Fylltu hvern eclair með hvítu súkkulaði hindberjafyllingunni með því að nota töfrapoka.

HVÍT SÚKKULAÐI HINBERBERJA GANACHE:
k) Hitið þunga rjómann í potti þar til hann byrjar að malla.
l) Hellið heita rjómanum yfir saxað hvíta súkkulaðið. Látið standa í eina mínútu og hrærið síðan þar til það er slétt.
m) Dýfðu toppnum á hverjum eclair í hvíta súkkulaði hindberja ganache, tryggðu jafna húð.
n) Skreytið hvern eclair með ferskum hindberjum.
o) Leyfið ganachinu að stífna í um 15 mínútur áður en það er borið fram.

20.Dökkt súkkulaði appelsínugult Eclairs

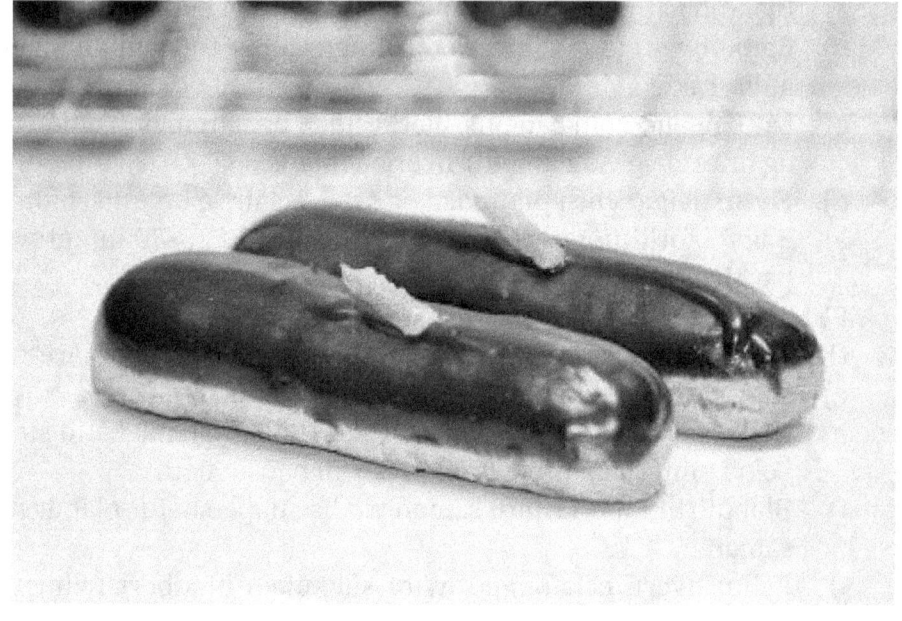

HRÁEFNI:
FYRIR CHOUX SÆTABRAUÐIÐ:
- 1 bolli vatn
- 1/2 bolli ósaltað smjör
- 1 bolli alhliða hveiti
- 4 stór egg

FYRIR FYLLINGU:
- 2 bollar súkkulaði appelsínu ganache
- Appelsínubörkur til skrauts

FYRIR SÚKKULAÐIGLJÁANN:
- 1/2 bolli dökkt súkkulaði, saxað
- 1/4 bolli ósaltað smjör
- 1 bolli flórsykur
- 1/4 bolli heitt vatn

LEIÐBEININGAR:
CHOUX SÆTABRAUÐ:
a) Blandið vatni og smjöri saman í pott. Hitið yfir meðalhita þar til smjörið bráðnar og blandan kemur að suðu.
b) Takið af hitanum, bætið hveitinu út í í einu og hrærið kröftuglega þar til blandan myndar kúlu.
c) Látið deigið kólna í nokkrar mínútur, bætið svo eggjunum út í einu í einu og þeytið vel eftir hverja viðbót.
d) Flyttu deigið yfir í pípupoka og settu eclairs á bökunarplötu.
e) Bakið í forhituðum ofni við 375°F (190°C) í um 30 mínútur eða þar til gullinbrúnt. Látið kólna.

FYLLING:
f) Undirbúið súkkulaðiappelsínuganache með því að bræða dökkt súkkulaði og setja appelsínubörk í blönduna.
g) Þegar ganachið er örlítið kælt en er enn hægt að hella, fyllið eclairs með því að sprauta eða dreifa ganachinu í miðjuna.

SÚKKULAÐI GLÁR:
h) Bræðið súkkulaðið og smjörið í hitaþolinni skál yfir tvöföldum katli.
i) Takið af hitanum, bætið flórsykri út í og hrærið smám saman í heitu vatni þar til það er slétt.

j) Dýfðu toppnum á hverjum eclair ofan í súkkulaðigljáann og láttu umfram leka af.
k) Stráið viðbótar appelsínuberki ofan á hvern eclair fyrir sítrusbragðið.
l) Setjið fylltu og gljáða eclairs inn í kæliskáp í um 30 mínútur til að setja súkkulaðið.
m) Berið fram kælt og njóttu yndislegrar samsetningar af dökku súkkulaði og appelsínu í þessum einstöku eclairs!

21.Kryddað mexíkóskt súkkulaði Eclairs

HRÁEFNI:
FYRIR CHOUX SÆTABRAUÐIÐ:
- 1 bolli vatn
- 1/2 bolli ósaltað smjör
- 1 bolli alhliða hveiti
- 4 stór egg

FYRIR FYLLINGU:
- 2 bollar súkkulaði kanil ganache
- Klípa af cayenne pipar

FYRIR SÚKKULAÐIGLJÁANN:
- 1/2 bolli dökkt súkkulaði, saxað
- 1/4 bolli ósaltað smjör
- 1 bolli flórsykur
- 1/4 tsk malaður kanill

LEIÐBEININGAR:
CHOUX SÆTABRAUÐ:
a) Blandið vatni og smjöri saman í pott. Hitið yfir meðalhita þar til smjörið bráðnar og blandan kemur að suðu.
b) Takið af hitanum, bætið hveitinu út í í einu og hrærið kröftuglega þar til blandan myndar kúlu.
c) Látið deigið kólna í nokkrar mínútur, bætið svo eggjunum út í einu í einu og þeytið vel eftir hverja viðbót.
d) Flyttu deigið yfir í pípupoka og settu eclairs á bökunarplötu.
e) Bakið í forhituðum ofni við 375°F (190°C) í um 30 mínútur eða þar til gullinbrúnt. Látið kólna.

FYLLING:
f) Undirbúið súkkulaðikanilganache með því að bræða dökkt súkkulaði og setja malaðan kanil í blönduna.
g) Bætið klípu af cayenne pipar við ganache, stillið að smekk.
h) Þegar ganachið er örlítið kælt en samt hellt, fyllið eclairs með því að sprauta eða dreifa krydduðu súkkulaðiblöndunni í miðjuna.

SÚKKULAÐI GLÁR:
i) Bræðið súkkulaðið og smjörið í hitaþolinni skál yfir tvöföldum katli.

j) Takið af hitanum, bætið flórsykri út í og hrærið smám saman í heitu vatni þar til það er slétt.
k) Dýfðu toppnum á hverjum eclair ofan í súkkulaðigljáann og láttu umfram leka af.
l) Leyfðu fylltu og gljáðu eclairunum að harðna í kæli í um 30 mínútur.
m) Berið fram kælt og njóttu einstakrar samsetningar af krydduðu mexíkósku súkkulaði í þessum eclairs!

22.Heslihnetu Pralín súkkulaði Eclairs

HRÁEFNI:
FYRIR CHOUX SÆTABRAUÐIÐ:
- 1 bolli vatn
- 1/2 bolli ósaltað smjör
- 1 bolli alhliða hveiti
- 4 stór egg

FYRIR FYLLINGU:
- 2 bollar heslihnetupralínkrem

FYRIR SÚKKULAÐIGLJÁANN:
- 1/2 bolli dökkt súkkulaði, saxað
- 1/4 bolli ósaltað smjör
- muldar heslihnetur til skrauts

LEIÐBEININGAR:
CHOUX SÆTABRAUÐ:
a) Blandið vatni og smjöri saman í pott. Hitið yfir meðalhita þar til smjörið bráðnar og blandan kemur að suðu.
b) Takið af hitanum, bætið hveitinu út í í einu og hrærið kröftuglega þar til blandan myndar kúlu.
c) Látið deigið kólna í nokkrar mínútur, bætið svo eggjunum út í einu í einu og þeytið vel eftir hverja viðbót.
d) Flyttu deigið yfir í pípupoka og settu eclairs á bökunarplötu.
e) Bakið í forhituðum ofni við 375°F (190°C) í um 30 mínútur eða þar til gullinbrúnt. Látið kólna.

FYLLING:
f) Útbúið heslihnetupralínkrem með því að setja muldar heslihnetur í grunn sætabrauðskrem eða vanilósa.
g) Þegar heslihnetupralínkremið er tilbúið skaltu fylla eclairs með því að sprauta eða dreifa kremið í miðjuna.

SÚKKULAÐI GLÁR:
h) Bræðið súkkulaðið og smjörið í hitaþolinni skál yfir tvöföldum katli.
i) Dýfðu toppnum á hverjum eclair ofan í súkkulaðigljáann og láttu umfram leka af.
j) Stráið muldum heslihnetum ofan á hvern eclair fyrir aukið bragð og áferð.
k) Leyfðu fylltu og gljáðu eclairunum að harðna í kæli í um 30 mínútur.
l) Berið fram kælt og njótið yndislegrar samsetningar heslihnetupralíns og súkkulaðis í þessum eclairs!

23. Crème Brûlée súkkulaði Éclairs

HRÁEFNI:
FYRIR CHOUX SÆTABRAUÐIÐ:
- 1 bolli vatn
- 1/2 bolli ósaltað smjör
- 1 bolli alhliða hveiti
- 4 stór egg

FYRIR FYLLINGU:
- 2 bollar súkkulaðikrem (eða súkkulaðibrauðskrem)

FYRIR CRÈME BRÛLÉE TOPPING:
- 1/4 bolli kornsykur
- Eldhúskyndill til að karamellisera

LEIÐBEININGAR:
CHOUX SÆTABRAUÐ:
a) Blandið vatni og smjöri saman í pott. Hitið yfir meðalhita þar til smjörið bráðnar og blandan kemur að suðu.
b) Takið af hitanum, bætið hveitinu út í í einu og hrærið kröftuglega þar til blandan myndar kúlu.
c) Látið deigið kólna í nokkrar mínútur, bætið svo eggjunum út í einu í einu og þeytið vel eftir hverja viðbót.
d) Flyttu deigið yfir í pípupoka og settu eclairs á bökunarplötu.
e) Bakið í forhituðum ofni við 375°F (190°C) í um 30 mínútur eða þar til gullinbrúnt. Látið kólna.

FYLLING:
f) Útbúið súkkulaðikrem eða súkkulaðibrauðskrem og látið kólna.
g) Þegar choux deigið hefur kólnað skaltu fylla eclairs með því að sprauta eða dreifa súkkulaðikreminu í miðjuna.

CRÈME BRÛLÉE TOPPING:
h) Stráið þunnu, jöfnu lagi af strásykri ofan á hvern eclair.
i) Notaðu eldhússkyndil til að karamellisera sykurinn þar til hann myndar gullbrúna skorpu. Færðu kyndilinn í hringlaga hreyfingum til að tryggja jafna karamellun.
j) Látið karamellusykurinn kólna og harðna í nokkrar mínútur.
k) Berið fram Crème Brûlée Chocolate Éclairs með yndislegri andstæðu stökku karamelluðu áleggsins og rjómalögðu súkkulaðifyllingarinnar.

24. Glútenlaust súkkulaði Eclairs

HRÁEFNI:
FYRIR GLUTENSFRÍA CHOUX sætabrauðið:
- 1 bolli vatn
- 1/2 bolli ósaltað smjör
- 1 bolli glútenlaust alhliða hveiti
- 1/2 tsk xantangúmmí (ef það er ekki innifalið í hveitiblöndunni)
- 4 stór egg

FYRIR FYLLINGU:
- 2 bollar glútenlaust súkkulaðibrauðskrem

FYRIR SÚKKULAÐIGLJÁANN:
- 1/2 bolli dökkt súkkulaði, saxað
- 1/4 bolli ósaltað smjör
- 1 bolli flórsykur
- 1/4 bolli heitt vatn

LEIÐBEININGAR:
GLUTENSFRÍTT CHOUX sætabrauð:

a) Forhitaðu ofninn þinn í 375°F (190°C) og klæddu bökunarplötu með bökunarpappír.
b) Blandið vatni og smjöri saman í pott. Hitið yfir meðalhita þar til smjörið bráðnar og blandan kemur að suðu.
c) Takið af hitanum, bætið glútenlausu hveitinu og xantangúmmíinu út í (ef þarf) og hrærið kröftuglega þar til blandan myndar kúlu.
d) Leyfið deiginu að kólna í nokkrar mínútur, bætið svo eggjunum út í einu í einu og þeytið vel eftir hverja viðbót.
e) Flyttu glúteinfría choux-deigið í pípupoka og píddu eclairs á tilbúna bökunarplötuna.
f) Bakið í um 30 mínútur eða þar til gullinbrúnt. Látið kólna.

FYLLING:

g) Útbúið glútenlaust súkkulaðibrauðskrem og látið kólna.
h) Þegar glútenlausa choux-deigið hefur kólnað skaltu fylla eclairs með því að sprauta eða dreifa súkkulaðibrauðskreminu í miðjuna.

SÚKKULAÐI GLÁR:

i) Bræðið dökkt súkkulaðið og smjörið í hitaþolinni skál yfir tvöföldum katli.
j) Takið af hitanum, bætið flórsykri út í og hrærið smám saman í heitu vatni þar til það er slétt.
k) Dýfðu toppnum á hverjum glútenlausum eclair ofan í súkkulaðigljáann og láttu umfram leka af.
l) Leyfðu fylltu og gljáðu glútenlausu eclairunum að stífna í kæli í um 30 mínútur.
m) Berið fram kælt og njóttu glúteinlausu útgáfunnar af þessum ljúffengu súkkulaði eclairs!

25.Súkkulaði og saltkaramellu Éclairs

HRÁEFNI:
FYRIR CHOUX SÆTABRAUÐIÐ:
- 1 bolli vatn
- 1/2 bolli ósaltað smjör
- 1 bolli alhliða hveiti
- 4 stór egg

FYRIR FYLLINGU:
- 2 bollar saltkaramellukrem
- Viðbótar sjávarsalt til skrauts

FYRIR SÚKKULAÐIGLJÁANN:
- 1/2 bolli dökkt súkkulaði, saxað
- 1/4 bolli ósaltað smjör
- 1 bolli flórsykur
- 1/4 bolli heitt vatn

LEIÐBEININGAR:
CHOUX SÆTABRAUÐ:
a) Forhitaðu ofninn þinn í 375°F (190°C) og klæddu bökunarplötu með bökunarpappír.
b) Blandið vatni og smjöri saman í pott. Hitið yfir meðalhita þar til smjörið bráðnar og blandan kemur að suðu.
c) Takið af hitanum, bætið hveitinu út í og hrærið kröftuglega þar til blandan myndar kúlu.
d) Látið deigið kólna í nokkrar mínútur, bætið svo eggjunum út í einu í einu og þeytið vel eftir hverja viðbót.
e) Flyttu deigið í pípupoka og settu eclairs yfir á tilbúna bökunarplötu.
f) Bakið í um 30 mínútur eða þar til gullinbrúnt. Látið kólna.

FYLLING:
g) Útbúið saltkaramellukrem með því að setja sjávarsalt í grunn sætabrauðskrem eða vanilósa.
h) Þegar choux deigið hefur kólnað skaltu fylla eclairs með því að sprauta eða dreifa saltkaramellukreminu í miðjuna.

SÚKKULAÐI GLÁR:
i) Bræðið dökkt súkkulaðið og smjörið í hitaþolinni skál yfir tvöföldum katli.

j) Takið af hitanum, bætið flórsykri út í og hrærið smám saman í heitu vatni þar til það er slétt.
k) Dýfðu toppnum á hverjum eclair ofan í súkkulaðigljáann og láttu umfram leka af.
l) Stráið klípu af sjávarsalti ofan á hvern súkkulaðigljáða eclair fyrir auka bragð af saltkaramellu.
m) Leyfðu fylltu og gljáðu eclairunum að harðna í kæli í um 30 mínútur.
n) Berið fram kælt og njóttu yndislegrar samsetningar súkkulaðis og saltkaramellu í þessum éclairs!

26. Pralínfyllt súkkulaði Éclairs

HRÁEFNI:
FYRIR CHOUX SÆTABRAUÐIÐ:
- 1 bolli vatn
- 1/2 bolli ósaltað smjör
- 1 bolli alhliða hveiti
- 4 stór egg

FYRIR FYLLINGU:
- 2 bollar heslihnetupralínkrem

FYRIR SÚKKULAÐIGLJÁANN:
- 1/2 bolli dökkt súkkulaði, saxað
- 1/4 bolli ósaltað smjör
- muldar heslihnetur til skrauts

LEIÐBEININGAR:
CHOUX SÆTABRAUÐ:
a) Forhitaðu ofninn þinn í 375°F (190°C) og klæddu bökunarplötu með bökunarpappír.
b) Blandið vatni og smjöri saman í pott. Hitið yfir meðalhita þar til smjörið bráðnar og blandan kemur að suðu.
c) Takið af hitanum, bætið hveitinu út í og hrærið kröftuglega þar til blandan myndar kúlu.
d) Látið deigið kólna í nokkrar mínútur, bætið svo eggjunum út í einu í einu og þeytið vel eftir hverja viðbót.
e) Flyttu deigið í pípupoka og settu eclairs yfir á tilbúna bökunarplötu.
f) Bakið í um 30 mínútur eða þar til gullinbrúnt. Látið kólna.

FYLLING:
g) Útbúið heslihnetupralínkrem með því að setja muldar heslihnetur í grunn sætabrauðskrem eða vanilósa.
h) Þegar choux deigið hefur kólnað skaltu fylla eclairs með því að sprauta eða dreifa heslihnetupralínkreminu í miðjuna.

SÚKKULAÐI GLÁR:
i) Bræðið dökkt súkkulaðið og smjörið í hitaþolinni skál yfir tvöföldum katli.
j) Dýfðu toppnum á hverjum eclair ofan í súkkulaðigljáann og láttu umfram leka af.

k) Stráið muldum heslihnetum ofan á hvern eclair fyrir aukið bragð og áferð.
l) Leyfðu fylltu og gljáðu eclairunum að harðna í kæli í um 30 mínútur.
m) Berið fram kælt og njótið yndislegrar samsetningar pralíns og súkkulaðis í þessum éclairs!

27.Súkkulaði Pistasíu Éclairs

HRÁEFNI:
FYRIR CHOUX SÆTABRAUÐIÐ:
- 1 bolli vatn
- 1/2 bolli ósaltað smjör
- 1 bolli alhliða hveiti
- 4 stór egg

FYRIR FYLLINGU:
- 2 bollar pistasíubrauðskrem

FYRIR SÚKKULAÐIGLJÁANN:
- 1/2 bolli dökkt súkkulaði, saxað
- 1/4 bolli ósaltað smjör
- Mistar pistasíuhnetur til skrauts

LEIÐBEININGAR:
CHOUX SÆTABRAUÐ:
a) Forhitaðu ofninn þinn í 375°F (190°C) og klæddu bökunarplötu með bökunarpappír.
b) Blandið vatni og smjöri saman í pott. Hitið yfir meðalhita þar til smjörið bráðnar og blandan kemur að suðu.
c) Takið af hitanum, bætið hveitinu út í og hrærið kröftuglega þar til blandan myndar kúlu.
d) Látið deigið kólna í nokkrar mínútur, bætið svo eggjunum út í einu í einu og þeytið vel eftir hverja viðbót.
e) Flyttu deigið í pípupoka og settu eclairs yfir á tilbúna bökunarplötu.
f) Bakið í um 30 mínútur eða þar til gullinbrúnt. Látið kólna.

FYLLING:
g) Undirbúið pistasíubrauðskrem með því að setja muldar pistasíuhnetur í grunn sætabrauðskrem eða vanilósa.
h) Þegar choux deigið hefur kólnað skaltu fylla eclairs með því að sprauta eða dreifa pistasíudeigskreminu í miðjuna.

SÚKKULAÐI GLÁR:
i) Bræðið dökkt súkkulaðið og smjörið í hitaþolinni skál yfir tvöföldum katli.
j) Dýfðu toppnum á hverjum eclair ofan í súkkulaðigljáann og láttu umfram leka af.
k) Stráið muldum pistasíuhnetum ofan á hvern eclair fyrir aukið bragð og áferð.
l) Leyfðu fylltu og gljáðu eclairunum að harðna í kæli í um 30 mínútur.
m) Berið fram kælt og njóttu yndislegrar samsetningar af súkkulaði og pistasíu í þessum éclairs!

28. Súkkulaðimús Éclairs

HRÁEFNI:
FYRIR CHOUX SÆTABRAUÐIÐ:
- 1 bolli vatn
- 1/2 bolli ósaltað smjör
- 1 bolli alhliða hveiti
- 4 stór egg

FYRIR súkkulaðimúsfyllinguna:
- 1 1/2 bollar þungur rjómi
- 1 bolli dökkt súkkulaði, saxað
- 1/4 bolli kornsykur
- 1 tsk vanilluþykkni

FYRIR SÚKKULAÐIGLJÁANN:
- 1/2 bolli dökkt súkkulaði, saxað
- 1/4 bolli ósaltað smjör
- 1 bolli flórsykur
- 1/4 bolli heitt vatn

LEIÐBEININGAR:
CHOUX SÆTABRAUÐ:
a) Forhitaðu ofninn þinn í 375°F (190°C) og klæddu bökunarplötu með bökunarpappír.
b) Blandið vatni og smjöri saman í pott. Hitið yfir meðalhita þar til smjörið bráðnar og blandan kemur að suðu.
c) Takið af hitanum, bætið hveitinu út í og hrærið kröftuglega þar til blandan myndar kúlu.
d) Látið deigið kólna í nokkrar mínútur, bætið svo eggjunum út í einu í einu og þeytið vel eftir hverja viðbót.
e) Flyttu deigið í pípupoka og settu éclairs á tilbúna bökunarplötu.
f) Bakið í um 30 mínútur eða þar til gullinbrúnt. Látið kólna.

SÚKKULAÐI MÚS FYLLING:
g) Bræðið dökka súkkulaðið í hitaþolinni skál yfir tvöföldum katli eða í örbylgjuofni og hrærið þar til það er slétt. Látið kólna aðeins.
h) Þeytið rjómann í sérstakri skál þar til mjúkir toppar myndast. Bætið sykri og vanilluþykkni út í og þeytið áfram þar til stífir toppar myndast.

i) Blandið brædda súkkulaðinu varlega saman við þeytta rjómann þar til það hefur blandast vel saman.
j) Þegar éclairs hafa kólnað skaltu fylla þær með súkkulaðimúsinni með því að sprauta eða dreifa mousseinu í miðjuna.

SÚKKULAÐI GLÁR:
k) Bræðið dökkt súkkulaðið og smjörið í hitaþolinni skál yfir tvöföldum katli.
l) Takið af hitanum, bætið flórsykri út í og hrærið smám saman í heitu vatni þar til það er slétt.
m) Dýfðu toppnum á hverri éclair í súkkulaðigljáann og láttu umfram leka af.
n) Leyfðu fylltu og gljáðu éclairunum að stífna í kæli í um 30 mínútur.
o) Berið fram kælt og njóttu decadent og rjómalöguð súkkulaðimús Éclairs

ÁVÆNDAGREININGAR

29. Hindberja-ferskjamús Eclairs

HRÁEFNI:
ECLAIR DEIGT:
- 3 stór egg, við stofuhita
- 2/3 bolli vatn
- 5 matskeiðar ósaltað smjör, skorið í 1/2 tommu teninga
- 3/16 tsk salt
- 2/3 bolli sigtað alhliða hveiti
- 1/2 tsk sítrónubörkur

HINBERBERJA-FERSKJUMÚSAFYLLING:
- 1/4 bolli kalt vatn
- 1 umslag óbragðbætt gelatínduft
- 1 bolli þungur rjómi, skipt
- 1 matskeið kornsykur
- 4 aura svissneskt hvítt súkkulaði, gróft saxað
- 1/2 bolli frosin hindber, þíða
- 2 matskeiðar Chambord líkjör
- 1/2 bolli fínt saxaðar ferskar eða niðursoðnar ferskjur

HINDBERJASÓSA:
- 1 poki (12 oz) frosin hindber
- 3/4 bolli kornsykur
- 2 matskeiðar Chambord líkjör

SKREYTIÐ:
- Sælgætissykur
- Ferskju sneiðar
- Mynta (valfrjálst)

LEIÐBEININGAR:
ECLAIR DEIGT:
a) Forhitið ofninn í 425 gráður F. Klæðið tvær bökunarplötur með bökunarpappír.
b) Hrærið eggin í mæliglasi úr gleri þar til þau blandast saman. Geymið 2 matskeiðar af þeyttum eggjum í litlum bolla.
c) Blandið saman vatni, smjöri og salti í meðalþungum potti. Hitið við meðalhita þar til smjörið hefur bráðnað.
d) Hækkið hitann í meðalháan og látið suðuna koma upp. Takið af hitanum.

e) Hrærið hveiti og sítrónuberki saman við með vírþeytara. Þeytið kröftuglega þar til blandan er slétt og dregur sig frá hliðinni á pönnunni.
f) Setjið pönnuna aftur á hita, hrærið stöðugt í með tréskeið. Eldið í 30 til 60 sekúndur þar til deigið myndar mjög slétta kúlu.
g) Flyttu deigið yfir í stóra skál.
h) Hellið fráteknum 1/2 bolla af þeyttum eggjum yfir deigið og þeytið kröftuglega með tréskeið í 45 til 60 sekúndur þar til blandan myndar slétt, mjúkt deig.
i) Fylltu sætabrauðspoka með 5/16 tommu látlausum þjórfé með eclair deiginu. Pípaðu 4 1/2 tommu ræmur um það bil 1/2 tommu breiðar á tilbúnu bökunarplöturnar og skildu eftir um 1 1/2 tommu á milli eclairs.
j) Penslið létt ofan á eclairs með afganginum af þeyttu egginu.
k) Bakaðu eclairs í 10 mínútur, lækkaðu síðan ofnhitann í 375 gráður F. Haltu áfram að baka í 20 til 25 mínútur þar til þeir eru djúpt gullbrúnir. Færið yfir á vírgrind og kælið alveg.

HINBERBERJA-FERSKJUMÚSAFYLLING:
l) Setjið kalt vatnið í lítinn bolla. Stráið gelatíninu yfir vatnið og látið standa í 5 mínútur til að mýkja matarlímið.
m) Blandið saman 1/2 bolla af rjómanum og sykrinum í litlum potti. Eldið við meðalhita, hrærið stöðugt í, þar til blandan nær að sjóða rólega.
n) Bætið mjúka gelatíninu út í heita rjómann og þeytið þar til gelatíníð er alveg uppleyst.
o) Vinnið hvíta súkkulaðið í matvinnsluvél þar til það er fínt saxað. Bætið heitu rjómablöndunni út í og vinnið þar til hún er alveg slétt.
p) Bætið þíddum hindberjum og Chambord út í hvíta súkkulaðiblönduna. Vinnið þar til slétt.
q) Færið blönduna yfir í meðalstóra skál og hrærið söxuðum ferskjum saman við.
r) Í kældri meðalstórri skál, notaðu rafmagnshrærivél sem er stilltur á miðlungshraða, þeytið 1/2 bolla af rjóma sem eftir er þar til mjúkir toppar byrja að myndast.
s) Blandið þeyttum rjómanum varlega saman við hvítsúkkulaði hindberjablönduna.

t) Hyljið yfirborð músarinnar með plastfilmu og setjið í kæli í 15 mínútur, eða þar til hún hefur þykknað að því stigi að hún myndar mjúka hauga. Ekki láta moúsina harðna alveg.

HINDBERJASÓSA:

u) Blandið saman frosnum hindberjum og sykri í meðalstórum potti. Eldið við meðalhita, hrærið stöðugt í, þar til sykurinn er alveg uppleystur og berin eru mjúk. Ekki láta blönduna sjóða.
v) Sigtið hindberjablönduna í gegnum fínmöskjulegt sigti í skál.
w) Hrærið Chambord saman við. Lokið og kælið þar til borið er fram.

SAMNAÐU ECLAIRS:

x) Skerið eclairs í tvennt og fjarlægið allt rakt deig.
y) Fylltu hvern eclair með um það bil þremur matskeiðum af hindberja-ferskjamúsfyllingunni.
z) Skiptu um toppinn á eclair.
aa) Dustið eclairs með sælgætissykri ef vill.
bb) Dreypið smá af hindberjasósunni á hvern eftirréttardisk.
cc) Efst með eclair.
dd) Skreytið með ferskjusneiðum og myntu ef vill.

30. Appelsínugult Eclairs

HRÁEFNI:
ECLAIRS:
- 3 matskeiðar 70% súrmjólk-jurtaolíuálegg
- 1/4 tsk salt
- 3/4 bolli alhliða hveiti
- 2 egg
- 1 eggjahvíta

BÆKISKREM:
- 2/3 bolli 1% léttmjólk
- 3 matskeiðar sykur
- 4 tsk alhliða hveiti
- 2 tsk maíssterkju
- 1/8 tsk salt
- 1 eggjarauða
- 1 tsk 70% súrmjólk-jurtaolíuálegg
- 2 tsk rifinn appelsínubörkur
- 1 tsk appelsínuþykkni
- 1/2 tsk vanilla
- 12 bollar frosið fitulaust, mjólkurlaust þeytt álegg, þiðnað

SÚKKULAÐI GLÁR:
- 1/4 bolli fituskert sykrað mjólk
- 2 matskeiðar ósykrað kakóduft
- 2-4 tsk vatn (ef þarf)

LEIÐBEININGAR:
ECLAIRS:
a) Í litlum potti, blandaðu saman jurtaolíudreifingu, salti og 3/4 bolli af vatni. Látið suðu koma upp. Takið af hitanum.
b) Bætið hveiti í einu út í og blandið hratt saman með tréskeið þar til blandan kemur saman í kúlu.
c) Setjið pottinn yfir lágan hita í 3-4 mínútur til að þurrka deigið, hrærið stöðugt með tréskeið. Deigið á að vera mjúkt og ekki klístrað.
d) Flyttu deigið í matvinnsluvél eða stóra skál af kraftmikilli hrærivél. Kælið í 5 mínútur.
e) Bætið eggjum og eggjahvítu saman við, einu í einu, hrærið þar til það er alveg slétt eftir hverja viðbót.

f) Húðaðu bökunarplötu með nonstick úða. Fylltu stóran sætabrauðspoka (án þjórfé) með deiginu. Kreistu út 8 eclairs, hver um sig 1" í þvermál og 4" á lengd, á bökunarplötuna. Látið þær standa í að minnsta kosti 10 mínútur til að þorna.
g) Forhitið ofninn í 375°F. Bakið í 35-40 mínútur eða þar til það er gullið og eldað alla leið. Færið yfir á grind til að kólna.

BÆKISKREM:
h) Hrærið saman mjólk, sykri, hveiti, maíssterkju og salti í litlum potti þar til það er blandað saman.
i) Eldið við meðalhita, hrærið stöðugt í, þar til blandan kemur að suðu og þykknar, 4-5 mínútur.
j) Takið af hitanum. Þeytið eggjarauðuna létt í lítilli skál. Þeytið smám saman um 1/4 bolla af heitu mjólkurblöndunni út í.
k) Þeytið eggjarauðublönduna aftur í mjólkurblönduna á pönnunni. Settu pönnuna aftur á miðlungs lágan hita og þeytið blönduna þar til hún byrjar að malla, um það bil 30 sekúndur. Takið af hitanum.
l) Hrærið út í jurtaolíuálegg, börk og appelsínu- og vanilluþykkni þar til það er slétt og bráðið. Flytið yfir í skál.
m) Þrýstið plastfilmu beint á yfirborðið. Kældu niður í stofuhita, kældu síðan vandlega í kæli, um 2 klukkustundir.
n) Blandið þeyttu áleggi saman við. Geymið í kæli þar til tilbúið er að setja saman.

SAMSETNING ECLAIRS:
o) Skerið hverja eclair í tvennt eftir endilöngu.
p) Setjið um 3 matskeiðar af sætabrauðskremi í hvern eclair botn. Skiptu um toppa.

SÚKKULAÐI GLÁR:
q) Í litlum potti blandið saman þykkmjólk og kakódufti.
r) Hitið við lágan hita, hrærið stöðugt í, þar til blandan bólar og þykknar, 1-2 mínútur.
s) Dreifðu yfir toppana á eclairs. Ef gljáinn er of þykkur, þynntu með 2-4 tsk af vatni.
t) Berið fram strax og njóttu þessara gómsætu Eclairs à l'Orange!

31.Eclairs ástríðuávaxta

HRÁEFNI:
FYRIR ECLAIRS:
- ½ bolli ósaltað smjör
- 1 bolli Vatn
- 1 bolli alhliða hveiti
- ¼ tsk Kosher salt
- 4 egg

FYRIR ÁSTÆÐUÁVINTUBAKAÐARKREMIÐ:
- 6 ástríðuávextir (safi)
- 5 eggjarauður
- ⅓ bolli maíssterkju
- ¼ tsk Kosher salt
- ⅔ bolli Kornsykur
- 2 bollar nýmjólk
- 1 matskeið Smjör

LEIÐBEININGAR:
FYRIR ECLAIRS:
a) Forhitið ofninn í 425°F.
b) Í stórum potti á eldavélinni skaltu koma vatni og smjöri að suðu.
c) Hrærið salti út í og eftir að það leysist upp bætið við hveiti, hrærið þar til það myndar hlaupkennda kúlu.
d) Flyttu heita deigið í blöndunarskál og láttu það kólna í 2 mínútur.
e) Bætið eggjum út í einu í einu, hrærið þar til það er alveg innblandað.
f) Flyttu deigið í sprautupoka.
g) Á bökunarpappírsklædda bökunarplötu, pípaðu 3 tommu langar deigrör.
h) Bakið þar til gullið er brúnt, um það bil 20-25 mínútur.
i) Leyfðu eclairs að kólna og skiptu þeim síðan í tvennt, settu fyllinguna á milli helminganna eða notaðu sætabrauðspoka til að pípa fyllinguna inn í.

FYRIR ÁSTÆÐUÁVINTUBAKAÐARKREMIÐ:
j) Safa ástríðuávöxtinn, síað til að fjarlægja fræ.
k) Blandið saman eggjarauðum, maíssterkju, salti og sykri í skál.

l) Bætið heitri mjólk smám saman út í eggjablönduna á meðan þeytt er stöðugt til að koma í veg fyrir hræringu.
m) Hellið blöndunni aftur í pott og hitið við meðalhita þar til hún þykknar eins og búðingur.
n) Takið af hitanum, bætið ástríðusafa og smjöri út í heita sætabrauðskremið og hrærið þar til það hefur blandast að fullu saman.
o) Látið sætabrauðskremið kólna við stofuhita og geymið síðan þakið plastfilmu í kæli í allt að 3 daga.
p) Þegar tilbúið er að setja saman, setjið kælda sætabrauðskremið yfir í sætabrauðspoka, skerið eclairið í sneiðar og fyllið innan með rjóma.

32.Heilhveiti ávaxtaríkt Eclairs

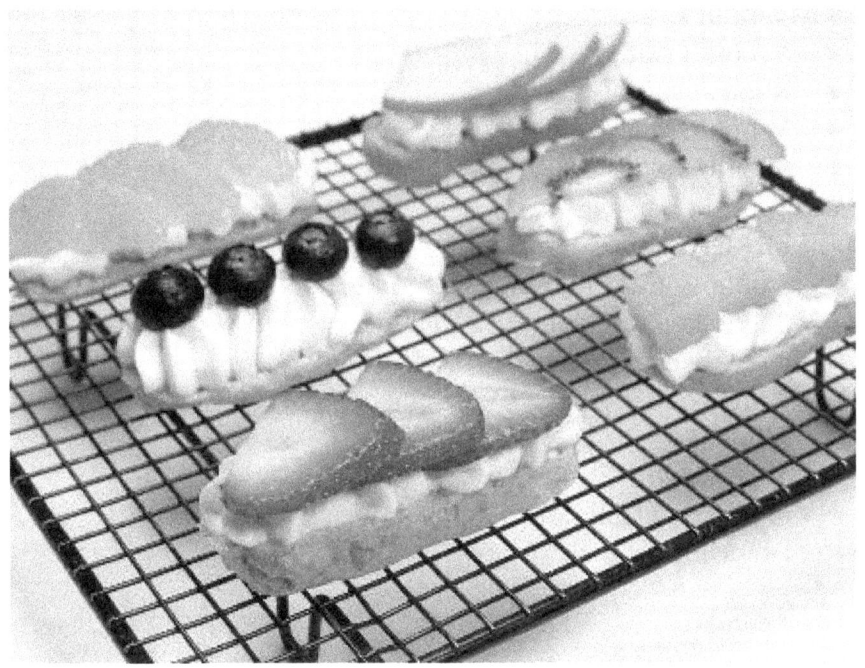

HRÁEFNI:
CHOUX SÆTABRAUÐ:
- ½ bolli vatn
- ¼ bolli ósaltað smjör
- Klípa af salti
- ¼ bolli alhliða hveiti
- ¼ bolli heilhveiti
- 2 stykki heil egg

FYLLING:
- 1 bolli fitulaus mjólk - eða mjólkurlaus hnetumjólk
- 2 matskeiðar stevia sykurblanda
- 1 stykki eggjarauða
- 2 matskeiðar maíssterkju
- Klípa af salti
- 1 tsk vanillu
- ½ bolli þeyttur rjómi
- Ferskir ávextir til áleggs

LEIÐBEININGAR:
a) Forhitið ofninn í 375 °F/190 Smyrjið og klæðið eina kökuplötu.
b) Blandið vatni, smjöri og salti saman í pott. Hitið þar til smjörið bráðnar og vatnið sýður. Lækkið hitann. Bætið hveiti út í og hrærið kröftuglega þar til blandan fer úr hliðum pönnunnar. Takið af hitanum og látið kólna aðeins. Með tréskeið; þeytið eggin út í einu í einu, þar til slétt.
c) Haltu áfram að þeyta þar til það er mjög slétt og glansandi. Flyttu blöndunni í sætabrauðspoka. Pípa út ræmur um 3 tommu langar og 2 tommur á milli. Bakið í 375F í 30-45 mínútur; haltu áfram að baka þar til éclairs eru brún og alveg þurr. Kælið á vírgrind.

UNDIRBÚÐU RJÓMAFYLLING:
d) Blandið saman sykri, maíssterkju, salti, mjólk og eggjarauðu í potti. Eldið við miðlungs lágan hita, hrærið stöðugt þar til blandan þykknar. Takið af hitanum. Hrærið vanillu út í. Kælið í kæli.
e) Þegar vaniljan er kólnuð er þeyttum rjóma blandað varlega saman við. Setjið á pípupoka.

SAMSETNING:
f) Fylltu kökur með rjómafyllingu og skreytið með ferskum ávöxtum.
g) Berið fram.

33. Ástríðu- og hindberja-éclairs

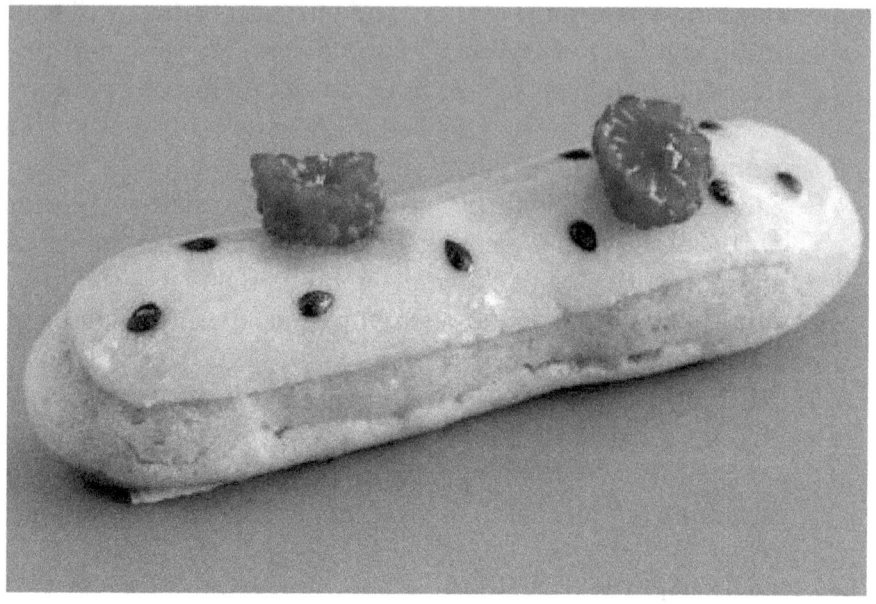

HRÁEFNI:
FYRIR hlutlausa glerið :
- 125 g vatn
- 5 g NH pektín (1 teskeið)
- 30 g kornsykur
- 100 g kornsykur
- 8 g glúkósasíróp

FYRIR ÁSTÆÐUÁvaxtakremið:
- 75 g ástríðusafi (um 7 ávextir)
- 10 g sítrónusafi
- 1 g gelatín
- 105 g egg (~2)
- 85 g kornsykur
- 155 g smjör (stofuhita)

FYRIR HINDBERJA-CONFIT:
- 60 g kornsykur
- 4 g pektín (næstum teskeið)
- 90 g hindberjasafi
- 30 g glúkósasíróp
- 20 g sítrónusafi

FYRIR CHOUX SÆTABRAUÐIÐ:
- 85 g mjólk
- 85 g vatn
- 1 klípa Salt
- 85 g ósaltað smjör
- 85 g brauðhveiti
- 148 g egg
- 3g sykur
- 1 vanilluþykkni

SKREIT:
- 100 g möndlumauk (með 50% af möndlum)
- Gulur litur (eftir þörfum)
- Appelsínugulur litur (eftir þörfum)
- Gullmatarglimmer (valfrjálst)
- 20 fersk hindber

LEIÐBEININGAR:
FYRIR hlutlausa glerið :
a) Blandið 30 g af sykri saman við pektínið.
b) Hitið vatn í potti, blandið saman sykri og pektíni á meðan hrært er stöðugt.
c) Bætið afganginum af sykri og glúkósa út í, hrærið stöðugt og látið suðuna koma upp.
d) Sigtið blönduna og geymið í kæli í að minnsta kosti 24 klukkustundir áður en hún er notuð.

FYRIR ÁSTÆÐUÁvaxtakremið:
e) Skerið ástríðuávextina í tvennt, dragið út kvoða, sigtið til að fá safa.
f) Látið gelatín blómstra í ástríðusafa í 5 mínútur.
g) Blandið ástríðusafa, sítrónusafa, sykri og eggjum saman í skál yfir sjóðandi vatni og þeytið þar til það er þykkt.
h) Kældu rjómann hratt niður í 45°C, bætið svo sneiðu smjöri í tvisvar og blandið saman með blöndunartæki. Geymið í kælipoka.

FYRIR HINDBERJA-CONFIT:
i) Blandið saman og sigtið ferskum hindberjum til að fjarlægja fræ (heildarþyngd eftir þetta skref ætti að vera 90g).
j) Sjóðið hindberjasafa, blandið saman sykri og pektíni, bætið út í hindberin og látið suðuna koma upp. Geymið í kæli þar til þarf.

FYRIR CHOUX SÆTABRAUÐIÐ:
k) Sjóðið mjólk, vatn, salt og smjör í potti. Gakktu úr skugga um að smjörið sé alveg bráðið.
l) Takið af hitanum, bætið við hveiti, hrærið og setjið pönnuna aftur á hita, þeytið þar til deigið losnar frá hliðunum og skilur eftir þunnt filmu á botninum.
m) Setjið deigið í skál, látið það kólna og bætið eggjunum við einu í einu þar til það er glansandi en stíft. Pípaðu 11 cm rendur á smurða eða smurða ofnskúffu.
n) Hitið ofninn í 250°C, slökkvið á honum, látið bakkann vera inni í 12-16 mínútur. Kveikið á ofninum á 160°C, eldið í 25-30 mínútur í viðbót.

SAMSETNING ÉCLAIRS:
o) Gerðu þrjú göt á botninn á bökuðum éclairs með hnífsoddinum.

p) Fylltu éclairs með litlu magni af hindberjaconfit, fylltu þá alveg með ástríðuávaxtakremi.
q) Prjónið möndlumauk með litarefni til að fá heitan gulan lit, skerið það í formi éclair.
r) Hitið 120 g af hlutlausum gljáa þar til það er vökvi (ekki meira en 40°C).
s) Penslið toppinn á éclairs með hlutlausum gljáa, setjið möndlumaukshlíf ofan á.
t) Bætið gylltu glimmeri við afganginn af gljáanum, gljáið möndlumauk ofan á, bætið svo sneiðum hindberjum og ögn af hindberjaconfitinu sem eftir er.

34. Jarðarber og rjóma Eclairs

HRÁEFNI:
FYRIR ECLAIRS:
- 80 grömm (1/3 bolli) vatn
- 80 grömm (1/3 bolli) nýmjólk
- 72 grömm (5 matskeiðar) ósaltað smjör
- 3 grömm (3/4 tsk) ofurfínn sykur
- 2,5 grömm (1/2 tsk) salt
- 90 grömm (3/4 bolli) hvítt brauðhveiti
- 155 grömm (5 1/2 aura) þeytt egg (3 meðalstór egg)

TIL FYLLINGAR:
- 300 ml (1 1/4 bolli) þungur rjómi
- 1 matskeið ofurfínn sykur
- 1 tsk vanillu
- Púðursykur, til að dusta
- 8 til 10 jarðarber, skorin í sneiðar

LEIÐBEININGAR:
FYRIR ECLAIRS:
a) Blandið saman vatni, mjólk, smjöri, ofurfínum sykri og salti í potti yfir meðalhita. Látið suðuna koma varlega í blönduna (um það bil 1 mínútu).
b) Þegar það sýður, bætið við hveiti og hrærið stöðugt þar til það myndar gljáandi deigkúlu (um það bil 2 mínútur).
c) Færið deigið í stóra skál og leyfið því að kólna í 2 mínútur.
d) Bætið hægt við fjórðungi af þeyttu eggjablöndunni hægt og rólega, blandið með tréskeið þar til það er einsleitt.
e) Haltu áfram að bæta egginu hægt út í þar til deigið nær því að sleppa stigi (dettur af skeiðinni á 3 sekúndum). Gætið þess að gera blönduna ekki of rennandi.
f) Flyttu deigið í sprautupoka með frönskum stjörnustút. Settu tíu 5 tommu línur af deigi á bökunarplötu sem er klædd sílikonmottu eða smjörpappír. Frystið í 20 mínútur.
g) Forhitið ofninn í 205 gráður C/400 gráður F.
h) Rétt áður en þú bætir eclairunum við skaltu bæta 2 matskeiðum af vatni í botn ofnsins til að mynda gufu. Settu eclairs strax í ofninn, lækkaðu hitann í 160 gráður C/320 gráður F og bakaðu þar til þeir eru gullinbrúnir (30 til 35 mínútur). Látið kólna.

FYRIR FYLLINGU:
i) Þeytið saman rjóma, ofurfínan sykur og vanillu þar til mjög mjúkir toppar myndast.
j) Færið blönduna yfir í sprautupoka með frönskum stjörnustút eða annan skrautodda.

SAMSETNING:
k) Skerið kældu eclair skeljarnar í tvennt eftir endilöngu til að búa til efri og neðri skel.
l) Stráið efstu skeljarnar létt með flórsykri.
m) Setjið sneið jarðarber á neðstu skeljarnar og leggið síðan þeyttan rjóma í hringi ofan á.
n) Settu efstu skeljarnar á rjómann, settu síðan meira þeyttan rjóma í litla dúkkur á toppana og skreyttu með ferskum jarðarberjum til viðbótar.

35. Blandaðir Berry Eclairs

HRÁEFNI:
FYRIR CHOUX SÆTABRAUÐIÐ:
- 1 bolli vatn
- 1/2 bolli ósaltað smjör
- 1 bolli alhliða hveiti
- 1/2 tsk salt
- 1 matskeið sykur
- 4 stór egg

FYRIR BLANDAÐ BERJAFYLLINGU:
- 1 bolli jarðarber, skorin í bita
- 1/2 bolli bláber
- 1/2 bolli hindber
- 1/4 bolli brómber
- 1/4 bolli kornsykur
- 1 matskeið sítrónusafi
- 1 msk maíssterkja blandað saman við 2 msk vatn (til að þykkja)

FYRIR VANILLU BAKAÐARKREMIÐ:
- 2 bollar nýmjólk
- 1/2 bolli kornsykur
- 1/4 bolli maíssterkju
- 4 stórar eggjarauður
- 2 tsk vanilluþykkni

FYRIR BERJAGLÍAN :
- 1/2 bolli blandað berjasulta (þeytt til að fjarlægja fræ)
- 2 matskeiðar vatn

LEIÐBEININGAR:
CHOUX SÆTABRAUÐ:
a) Forhitaðu ofninn þinn í 425°F (220°C). Klæðið bökunarplötu með bökunarpappír.
b) Blandið saman vatni, smjöri, salti og sykri í potti yfir meðalhita. Látið suðu koma upp.
c) Takið af hitanum og hrærið hveitinu hratt út í þar til deig myndast.
d) Setjið pönnuna aftur á lágan hita og eldið deigið, hrærið stöðugt í, í 1-2 mínútur til að þorna það.
e) Flyttu deigið yfir í stóra blöndunarskál. Látið það kólna í nokkrar mínútur.

f) Bætið eggjum út í einu í einu, þeytið vel eftir hverja viðbót þar til deigið er slétt og glansandi.
g) Flyttu deigið í sprautupoka með stórum hringlaga odd. Settu 4 tommu langar ræmur á tilbúna bökunarplötuna.
h) Bakið í 15 mínútur við 425°F, lækkið síðan hitann í 375°F (190°C) og bakið í 20 mínútur til viðbótar eða þar til hann er gullinbrúnn. Látið kólna alveg.

Blönduð berjafylling:
i) Blandið saman jarðarberjum, bláberjum, hindberjum, brómberjum, sykri og sítrónusafa í pott.
j) Eldið við meðalhita þar til berin losa safa og verða mjúk.
k) Hrærið maíssterkju-vatnsblöndunni saman við og eldið þar til blandan þykknar.
l) Takið af hitanum og látið kólna.

VANILLU BAKAÐARKREMI:
m) Hitið mjólkina í potti þar til hún er farin að gufa en ekki sjóðandi.
n) Í sérstakri skál, þeytið saman sykur, maíssterkju og eggjarauður þar til það hefur blandast vel saman.
o) Hellið heitu mjólkinni smám saman út í eggjablönduna og þeytið stöðugt.
p) Setjið blönduna aftur í pottinn og eldið við meðalhita, hrærið stöðugt þar til hún þykknar.
q) Takið af hitanum, hrærið vanilluþykkni út í og látið kólna.

BERJAGLÁR :
r) Hitið blandaða berjasultu og vatn í litlum potti þar til það myndar sléttan gljáa.
s) Sigtið til að fjarlægja öll fræ.

SAMSETNING:
t) Skerið hvern kældan eclair í tvennt lárétt.
u) Setjið vanilludeigskrem með skeið eða pípið á neðri helming hvers eclair.
v) Hellið blandaðri berjafyllingu yfir sætabrauðskremið.
w) Setjið efri helming eclairsins á fyllinguna.
x) Dreypið eða penslið berjagljáa ofan á hvern eclair.
y) Berið fram kælt og njóttu yndislegra blandaða berja-Eclairs!

36.Hindberja- og sítrónumarengs Eclairs

HRÁEFNI:
FYRIR CHOUX SÆTABRAUÐIÐ:
- 1 bolli vatn
- 1/2 bolli ósaltað smjör
- 1 bolli alhliða hveiti
- 1/2 tsk salt
- 1 matskeið sykur
- 4 stór egg

FYRIR HINBERBERJAFYLLINGuna:
- 1 bolli fersk hindber
- 1/4 bolli kornsykur
- 1 matskeið sítrónusafi

FYRIR LEMON CURD:
- 3 stórar sítrónur, börkur og safi
- 1 bolli kornsykur
- 4 stór egg
- 1/2 bolli ósaltað smjör, skorið í teninga

FYRIR marengsáleggið:
- 4 eggjahvítur
- 1 bolli kornsykur
- 1 tsk vanilluþykkni

LEIÐBEININGAR:
CHOUX SÆTABRAUÐ:
a) Forhitaðu ofninn þinn í 425°F (220°C). Klæðið bökunarplötu með bökunarpappír.
b) Blandið saman vatni, smjöri, salti og sykri í potti yfir meðalhita. Látið suðu koma upp.
c) Takið af hitanum og hrærið hveitinu hratt út í þar til deig myndast.
d) Setjið pönnuna aftur á lágan hita og eldið deigið, hrærið stöðugt í, í 1-2 mínútur til að þorna það.
e) Flyttu deigið yfir í stóra blöndunarskál. Látið það kólna í nokkrar mínútur.
f) Bætið eggjum út í einu í einu, þeytið vel eftir hverja viðbót þar til deigið er slétt og glansandi.

g) Flyttu deigið í sprautupoka með stórum hringlaga odd. Settu 4 tommu langar ræmur á tilbúna bökunarplötuna.
h) Bakið í 15 mínútur við 425°F, lækkið síðan hitann í 375°F (190°C) og bakið í 20 mínútur til viðbótar eða þar til hann er gullinbrúnn. Látið kólna alveg.

HINBERBERJAFYLLING:
i) Blandið saman hindberjum, sykri og sítrónusafa í pott.
j) Eldið við meðalhita þar til hindberin brotna niður og blandan þykknar.
k) Takið af hitanum og látið kólna.

LEMON CURD:
l) Í hitaþolinni skál, þeytið saman sítrónubörk, sítrónusafa, sykur og egg.
m) Setjið skálina yfir pott með sjóðandi vatni og passið að botn skálarinnar snerti ekki vatnið.
n) Þeytið stöðugt þar til blandan þykknar.
o) Takið af hitanum og þeytið smjörið í teninga þar til það er slétt.
p) Sigtið osturinn til að fjarlægja öll fast efni. Látið kólna.

MARENGSTOPPING:
q) Þeytið eggjahvítur í hreinni, þurrri skál þar til mjúkir toppar myndast.
r) Bætið sykri smám saman út í á meðan haldið er áfram að þeyta þar til stífir toppar myndast.
s) Blandið vanilluþykkni varlega saman við.

SAMSETNING:
t) Skerið hvern kældan eclair í tvennt lárétt.
u) Skeið eða leggið sítrónuost á neðri helming hvers eclair.
v) Skeið hindberjafyllingu yfir sítrónukremið.
w) Setjið efri helming eclairsins á fyllinguna.
x) Pípa eða skeið marengs ofan á hvern eclair.
y) Notaðu eldhússkyndil til að brúna marengsinn létt eða settu eclairs undir kálinu í nokkrar sekúndur.
z) Berið fram kælt og njóttu yndislegrar samsetningar hindberja, sítrónu og marengs í hverjum bita!

37. Hindberja- og mjólkursúkkulaði Eclairs

HRÁEFNI:
FYRIR CHOUX SÆTABRAUÐIÐ:
- 1 bolli vatn
- 1/2 bolli ósaltað smjör
- 1 bolli alhliða hveiti
- 1/2 tsk salt
- 1 matskeið sykur
- 4 stór egg

FYRIR HINBERBERJAFYLLINGuna:
- 1 bolli fersk hindber
- 1/4 bolli kornsykur
- 1 matskeið sítrónusafi

FYRIR MJÓLKSÚKKULAÐI GANACHE:
- 200 g mjólkursúkkulaði, smátt saxað
- 1 bolli þungur rjómi

LEIÐBEININGAR:
CHOUX SÆTABRAUÐ:
a) Forhitaðu ofninn þinn í 425°F (220°C). Klæðið bökunarplötu með bökunarpappír.
b) Blandið saman vatni, smjöri, salti og sykri í potti yfir meðalhita. Látið suðu koma upp.
c) Takið af hitanum og hrærið hveitinu hratt út í þar til deig myndast.
d) Setjið pönnuna aftur á lágan hita og eldið deigið, hrærið stöðugt í, í 1-2 mínútur til að þorna það.
e) Flyttu deigið yfir í stóra blöndunarskál. Látið það kólna í nokkrar mínútur.
f) Bætið eggjum út í einu í einu, þeytið vel eftir hverja viðbót þar til deigið er slétt og glansandi.
g) Flyttu deigið í sprautupoka með stórum hringlaga odd. Settu 4 tommu langar ræmur á tilbúna bökunarplötuna.
h) Bakið í 15 mínútur við 425°F, lækkið síðan hitann í 375°F (190°C) og bakið í 20 mínútur til viðbótar eða þar til hann er gullinbrúnn. Látið kólna alveg.

HINBERBERJAFYLLING:
i) Blandið saman hindberjum, sykri og sítrónusafa í pott.

j) Eldið við meðalhita þar til hindberin brotna niður og blandan þykknar.
k) Takið af hitanum og látið kólna.

MJÓLKSÚKKULAÐI GANACHE:

l) Setjið fínt saxað mjólkursúkkulaði í hitaþolna skál.
m) Hitið þungan rjóma í potti þar til hann byrjar að malla.
n) Hellið heita rjómanum yfir súkkulaðið og látið standa í eina mínútu.
o) Hrærið þar til slétt og gljáandi. Látið kólna aðeins.

SAMSETNING:

p) Skerið hvern kældan eclair í tvennt lárétt.
q) Skeið eða pípa hindberjafyllingu á neðri helming hvers eclair.
r) Setjið efri helming eclairsins á fyllinguna.
s) Dýfðu toppnum á hverjum eclair ofan í mjólkursúkkulaðiganache eða skeiðaðu ganache yfir toppinn.
t) Leyfið ganachinu að stífna í nokkrar mínútur.
u) Valfrjálst: Dreypið auka ganache yfir toppinn fyrir skrautlegt viðmót.
v) Berið fram og njótið yndislegrar samsetningar af sætu mjólkursúkkulaði og súrtuðum hindberjum í þessum yndislegu eclairs!

38.Red Velvet súkkulaði hindberja Eclairs

HRÁEFNI:
CHOUX SÆTABRAUÐ:
- 1 bolli vatn
- 1/2 bolli ósaltað smjör
- 1 bolli alhliða hveiti
- 1 matskeið kakóduft
- 1/4 tsk salt
- 4 stór egg

RAUTT FLAULU SÚKKULAÐI BAKAÐARKJÓM:
- 500 ml mjólk
- 120 g sykur
- 50 g venjulegt hveiti
- 60 g kakóduft
- 120 g eggjarauður (um það bil 6 egg)
- Rauður matarlitur

SÚKKULAÐI HINBERBERJA GANACHE:
- 200 ml þungur rjómi
- 200 g dökkt súkkulaði
- Hindberjaþykkni eða mauki

LEIÐBEININGAR:
CHOUX SÆTABRAUÐ:
a) Forhitið ofninn þinn í 200°C (180°C blástur) og klæðið bökunarplötu með bökunarpappír.
b) Blandið saman vatni, smjöri, kakódufti og salti í pott. Látið suðu koma upp við meðalhita.
c) Bætið hveitinu í einu út í og hrærið kröftuglega þar til slétt deig myndast. Haltu áfram að elda, hrærið, í 1-2 mínútur til viðbótar.
d) Færið deigið yfir í hrærivélaskál og látið það kólna aðeins.
e) Bætið eggjunum út í einu í einu, þeytið vel eftir hverja viðbót þar til deigið er slétt og gljáandi.
f) Flyttu choux-deigið í pípupoka og settu það í éclair-form á tilbúna bakkann.
g) Bakið þar til það er gullbrúnt og uppblásið. Látið kólna.

RAUTT FLAULU SÚKKULAÐI BAKAÐARKJÓM:
h) Hitið mjólkina í potti þar til hún er volg en ekki sjóðandi.
i) Í skál, þeytið saman sykur, hveiti og kakóduft.

j) Bætið þurrefnunum smám saman út í volga mjólkina og þeytið stöðugt til að forðast kekki.
k) Þeytið eggjarauður í sérstakri skál. Bætið sleif af heitu mjólkurblöndunni smám saman út í eggjarauðurnar og þeytið stöðugt.
l) Hellið eggjarauðublöndunni aftur í pottinn og haltu áfram að elda þar til sætabrauðskremið þykknar.
m) Takið af hitanum, bætið við rauðum matarlit þar til æskilegum lit er náð og látið hann kólna.

SÚKKULAÐI HINBERBERJA GANACHE:
n) Hitið þungan rjómann í potti þar til hann byrjar að malla.
o) Hellið heita rjómanum yfir dökkt súkkulaðið. Látið standa í eina mínútu og hrærið síðan þar til það er slétt.
p) Bætið hindberjaþykkni eða mauki við súkkulaðiganache til að fylla hindberjabragðið.

SAMSETNING:
q) Skerið kældu éclairs í tvennt lárétt.
r) Fylltu sprautupoka með rauða flauelssúkkulaðikreminu og settu það á neðri helming hvers éclair.
s) Dýfðu toppnum á hverri éclair ofan í súkkulaði hindberja ganache, leyfðu umfram að leka af.
t) Setjið súkkulaðidýfðu éclairs á vírgrind til að láta ganacheið stífna.
u) Valfrjálst, dreypa auka ganache yfir toppinn til að auka decadeence.

39. Banana Cream Pie Eclairs

Hráefni:

FYRIR SKEL:
- 1/2 bolli (115g) ósaltað smjör
- 1 matskeið sykur
- 1/4 tsk salt
- 1 bolli (125g) alhliða hveiti
- 4 stór egg við stofuhita

TIL FYLLINGAR:
- 2 bollar (480ml) nýmjólk (2% virkar líka)
- 1/3 bolli (65g) sykur
- 3 eggjarauður
- 3 ½ matskeiðar maíssterkju
- 1 matskeið hreint vanilluþykkni
- 1 matskeið vanillubaunamauk
- 1/4 tsk kosher salt
- 1/2 bolli þungur þeyttur rjómi
- 2 bananar

FYRIR SÚKKULAÐI GANACHE:
- 1/2 bolli (120ml) þungur þeyttur rjómi
- 1 bolli (175 g) hálfsætar súkkulaðibitar
- 1 matskeið ósaltað smjör, mildað (valfrjálst)

LEIÐBEININGAR:

a) Forhitið ofninn í 375°F (190°C).

GERÐU BAKAÐARSKEJARNAR:

b) Sjóðið vatn, smjör, sykur og salt í pott. Bætið hveiti út í, hrærið þar til kúla af deigi myndast. Blandið í 3-4 mínútur þar til ljós skorpa myndast.

c) Flyttu deigið í blöndunarskál, kældu niður í stofuhita. Bætið eggjum við einu í einu, þeytið vel eftir hverja viðbót. Deigið á að vera slétt og borðað.

d) Skerið deigið í 4 tommu ræmur og bakið í 30-35 mínútur þar til það er stíft og gullbrúnt. Skerið eclairs í tvennt lárétt þegar það hefur kólnað.

GERÐU BUÐINGINN:

e) Smælið mjólk í potti. Þeytið í skál eggjarauður, sykur, maíssterkju, vanilluþykkni, vanillubaunamauk og salt. Bætið sjóðandi mjólk hægt út í til að tempra eggjablönduna.
f) Eldið við meðalhita, hrærið stöðugt þar til það er þykkt. Keyrðu í gegnum sigti og kældu.
g) Þeytið þungan rjóma þar til stífir toppar myndast. Brjótið saman í kældan búðing.

SAMLAÐU ECLAIRS:
h) Leggið bananasneiðar á neðri helming éclair skeljanna.
i) Settu fyllinguna í rör og settu ofan á skeljarnar aftur.
j) Hitið þungan rjóma að suðu. Hellið súkkulaðibitunum yfir, látið standa í 2 mínútur, blandið síðan saman þar til það er slétt. Hrærið smjöri út í til að fá glans.
k) Hellið súkkulaðiganache yfir eclairs og berið fram.
l) Samsettar eclairs má geyma í ísskáp í allt að 2 daga.
m) Dekraðu við hrörnun þessara Banana Cream Pie Eclairs fyrir yndislega skemmtun!

40.Jarðarberjakrem Éclairs

HRÁEFNI:
FYRIR CHOUX SÆTABRAUÐIÐ:
- 1 bolli vatn
- 1/2 bolli ósaltað smjör
- 1 bolli alhliða hveiti
- 4 stór egg

FYRIR FYLLINGU:
- 2 bollar þeyttur rjómi
- 1 bolli fersk jarðarber, skorin í bita

FYRIR GLÍAN:
- 1/2 bolli hvítt súkkulaði, saxað
- 1/4 bolli ósaltað smjör
- 1 bolli flórsykur
- 1/4 bolli heitt vatn

LEIÐBEININGAR:
CHOUX SÆTABRAUÐ:
a) Forhitaðu ofninn þinn í 375°F (190°C) og klæddu bökunarplötu með bökunarpappír.
b) Blandið vatni og smjöri saman í pott. Hitið yfir meðalhita þar til smjörið bráðnar og blandan kemur að suðu.
c) Takið af hitanum, bætið hveitinu út í og hrærið kröftuglega þar til blandan myndar kúlu.
d) Látið deigið kólna í nokkrar mínútur, bætið svo eggjunum út í einu í einu og þeytið vel eftir hverja viðbót.
e) Flyttu deigið í pípupoka og settu éclairs á tilbúna bökunarplötu.
f) Bakið í um 30 mínútur eða þar til gullinbrúnt. Látið kólna.
FYLLING:
g) Þeytið rjómann þar til stífir toppar myndast.
h) Blandið jarðarberjunum varlega saman við.
i) Þegar éclairs hafa kólnað skaltu fylla þá með jarðarberjakremsblöndunni.
GLJÁR:
j) Bræðið hvíta súkkulaðið og smjörið í hitaþolinni skál yfir tvöföldum katli.
k) Takið af hitanum, bætið flórsykri út í og hrærið smám saman í heitu vatni þar til það er slétt.
l) Dýfðu toppnum á hverjum éclair í hvíta súkkulaðigljáann og láttu umfram leka af.
m) Berið fram kælt og njóttu hressandi Strawberry Cream Éclairs!

41. Mango Passionfruit Éclairs

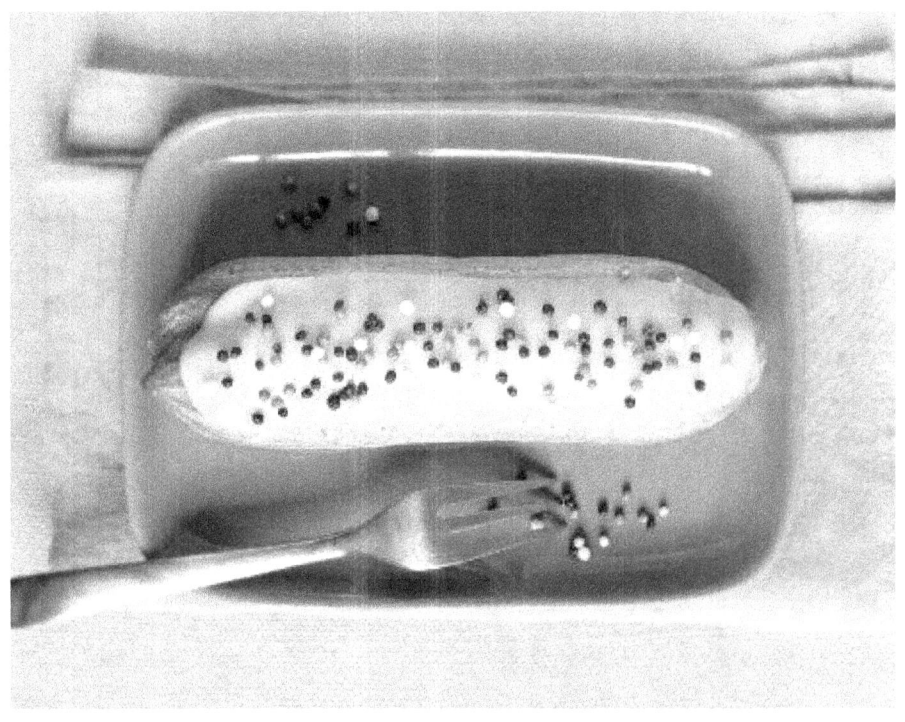

HRÁEFNI:
FYRIR CHOUX SÆTABRAUÐIÐ:
- 1 bolli vatn
- 1/2 bolli ósaltað smjör
- 1 bolli alhliða hveiti
- 4 stór egg

FYRIR FYLLINGU:
- 2 bollar mangó ástríðumús

FYRIR GLÍAN:
- 1/2 bolli hvítt súkkulaði, saxað
- 1/4 bolli ósaltað smjör
- 1 bolli flórsykur
- 1/4 bolli heitt vatn

LEIÐBEININGAR:
CHOUX SÆTABRAUÐ:
a) Forhitaðu ofninn þinn í 375°F (190°C) og klæddu bökunarplötu með bökunarpappír.
b) Blandið vatni og smjöri saman í pott. Hitið yfir meðalhita þar til smjörið bráðnar og blandan kemur að suðu.
c) Takið af hitanum, bætið hveitinu út í og hrærið kröftuglega þar til blandan myndar kúlu.
d) Látið deigið kólna í nokkrar mínútur, bætið svo eggjunum út í einu í einu og þeytið vel eftir hverja viðbót.
e) Flyttu deigið í pípupoka og settu éclairs á tilbúna bökunarplötu.
f) Bakið í um 30 mínútur eða þar til gullinbrúnt. Látið kólna.

FYLLING:
g) Undirbúið mangó ástríðumús með því að blanda þroskuðu mangói, ástríðukvoða og þeyttum rjóma þar til það er slétt.
h) Þegar choux deigið hefur kólnað skaltu fylla éclairs með því að sprauta eða dreifa mangó ástríðumúsinni í miðjuna.

GLJÁR:
i) Bræðið hvíta súkkulaðið og smjörið í hitaþolinni skál yfir tvöföldum katli.
j) Takið af hitanum, bætið flórsykri út í og hrærið smám saman í heitu vatni þar til það er slétt.
k) Dýfðu toppnum á hverri éclair í hvíta súkkulaðigljáann og láttu umfram leka af.
l) Berið fram kælt og njótið suðrænu bragðanna af Mango Passionfruit Éclairs!

42. Lemon Blueberry Éclairs

HRÁEFNI:
FYRIR CHOUX SÆTABRAUÐIÐ:
- 1 bolli vatn
- 1/2 bolli ósaltað smjör
- 1 bolli alhliða hveiti
- 4 stór egg

FYRIR FYLLINGU:
- 2 bollar sætabrauðsrjómi með sítrónubragði
- 1 bolli fersk bláber

FYRIR GLÍAN:
- 1/2 bolli hvítt súkkulaði, saxað
- 1/4 bolli ósaltað smjör
- 1 bolli flórsykur
- 1/4 bolli heitt vatn

LEIÐBEININGAR:
CHOUX SÆTABRAUÐ:
a) Forhitaðu ofninn þinn í 375°F (190°C) og klæddu bökunarplötu með bökunarpappír.
b) Blandið vatni og smjöri saman í pott. Hitið yfir meðalhita þar til smjörið bráðnar og blandan kemur að suðu.
c) Takið af hitanum, bætið hveitinu út í og hrærið kröftuglega þar til blandan myndar kúlu.
d) Látið deigið kólna í nokkrar mínútur, bætið svo eggjunum út í einu í einu og þeytið vel eftir hverja viðbót.
e) Flyttu deigið í pípupoka og settu éclairs á tilbúna bökunarplötu.
f) Bakið í um 30 mínútur eða þar til gullinbrúnt. Látið kólna.
FYLLING:
g) Fylltu éclairs með sætabrauðskremi með sítrónubragði.
h) Dreifið ferskum bláberjum yfir rjómann.
GLJÁR:
i) Bræðið hvíta súkkulaðið og smjörið í hitaþolinni skál yfir tvöföldum katli.
j) Takið af hitanum, bætið flórsykri út í og hrærið smám saman í heitu vatni þar til það er slétt.
k) Dýfðu toppnum á hverjum éclair í hvíta súkkulaðigljáann og láttu umfram leka af.
l) Berið fram kælt og njóttu kryddlegs og ávaxtaríks góðgætis Lemon Blueberry Éclairs!

43. Hindberjamöndlu Éclairs

HRÁEFNI:
FYRIR CHOUX SÆTABRAUÐIÐ:
- 1 bolli vatn
- 1/2 bolli ósaltað smjör
- 1 bolli alhliða hveiti
- 4 stór egg

FYRIR FYLLINGU:
- 2 bollar sætabrauðsrjómi með möndlubragði
- 1 bolli fersk hindber

FYRIR GLÍAN:
- 1/2 bolli hvítt súkkulaði, saxað
- 1/4 bolli ósaltað smjör
- 1 bolli flórsykur
- 1/4 bolli heitt vatn

LEIÐBEININGAR:
CHOUX SÆTABRAUÐ:
a) Forhitaðu ofninn þinn í 375°F (190°C) og klæddu bökunarplötu með bökunarpappír.
b) Blandið vatni og smjöri saman í pott. Hitið yfir meðalhita þar til smjörið bráðnar og blandan kemur að suðu.
c) Takið af hitanum, bætið hveitinu út í og hrærið kröftuglega þar til blandan myndar kúlu.
d) Látið deigið kólna í nokkrar mínútur, bætið svo eggjunum út í einu í einu og þeytið vel eftir hverja viðbót.
e) Flyttu deigið í pípupoka og settu éclairs á tilbúna bökunarplötu.
f) Bakið í um 30 mínútur eða þar til gullinbrúnt. Látið kólna.
FYLLING:
g) Fylltu éclairs með möndlubragðbættu sætabrauðskremi.
h) Setjið fersk hindber ofan á kremið.
GLJÁR:
i) Bræðið hvíta súkkulaðið og smjörið í hitaþolinni skál yfir tvöföldum katli.
j) Takið af hitanum, bætið flórsykri út í og hrærið smám saman í heitu vatni þar til það er slétt.
k) Dýfðu toppnum á hverjum éclair í hvíta súkkulaðigljáann og láttu umfram leka af.
l) Berið fram kælt og njóttu yndislegrar samsetningar möndlu og hindberja í þessum Éclairs!

44.Ananas Coconut Éclairs

HRÁEFNI:
FYRIR CHOUX SÆTABRAUÐIÐ:
- 1 bolli vatn
- 1/2 bolli ósaltað smjör
- 1 bolli alhliða hveiti
- 4 stór egg

FYRIR FYLLINGU:
- 2 bollar kókosrjómi
- 1 bolli ferskur ananas, skorinn í teninga

FYRIR GLÍAN:
- 1/2 bolli hvítt súkkulaði, saxað
- 1/4 bolli ósaltað smjör
- 1 bolli flórsykur
- 1/4 bolli heitt vatn

LEIÐBEININGAR:
CHOUX SÆTABRAUÐ:
a) Forhitaðu ofninn þinn í 375°F (190°C) og klæddu bökunarplötu með bökunarpappír.
b) Blandið vatni og smjöri saman í pott. Hitið yfir meðalhita þar til smjörið bráðnar og blandan kemur að suðu.
c) Takið af hitanum, bætið hveitinu út í og hrærið kröftuglega þar til blandan myndar kúlu.
d) Látið deigið kólna í nokkrar mínútur, bætið svo eggjunum út í einu í einu og þeytið vel eftir hverja viðbót.
e) Flyttu deigið í pípupoka og settu éclairs á tilbúna bökunarplötu.
f) Bakið í um 30 mínútur eða þar til gullinbrúnt. Látið kólna.
FYLLING:
g) Fylltu éclairs með kókosrjóma.
h) Toppið rjómann með ferskum ananas í bita.
GLJÁR:
i) Bræðið hvíta súkkulaðið og smjörið í hitaþolinni skál yfir tvöföldum katli.
j) Takið af hitanum, bætið flórsykri út í og hrærið smám saman í heitu vatni þar til það er slétt.
k) Dýfðu toppnum á hverjum éclair í hvíta súkkulaðigljáann og láttu umfram leka af.
l) Berið fram kælt og njótið suðræns góðgætis Pineapple Coconut Éclairs!

45. Blönduð berja- og sítrónubörkur Éclairs

HRÁEFNI:
FYRIR CHOUX SÆTABRAUÐIÐ:
- 1 bolli vatn
- 1/2 bolli ósaltað smjör
- 1 bolli alhliða hveiti
- 4 stór egg

FYRIR FYLLINGU:
- 2 bollar blandað berjakompott (jarðarber, bláber, hindber)
- Sítrónubörkur til skrauts

FYRIR GLÍAN:
- 1/2 bolli hvítt súkkulaði, saxað
- 1/4 bolli ósaltað smjör
- 1 bolli flórsykur
- 1/4 bolli heitt vatn

LEIÐBEININGAR:
CHOUX SÆTABRAUÐ:
a) Forhitaðu ofninn þinn í 375°F (190°C) og klæddu bökunarplötu með bökunarpappír.
b) Blandið vatni og smjöri saman í pott. Hitið yfir meðalhita þar til smjörið bráðnar og blandan kemur að suðu.
c) Takið af hitanum, bætið hveitinu út í og hrærið kröftuglega þar til blandan myndar kúlu.
d) Látið deigið kólna í nokkrar mínútur, bætið svo eggjunum út í einu í einu og þeytið vel eftir hverja viðbót.
e) Flyttu deigið í pípupoka og settu éclairs á tilbúna bökunarplötu.
f) Bakið í um 30 mínútur eða þar til gullinbrúnt. Látið kólna.

FYLLING:
g) Fylltu éclairs með blönduðu berjakompotti, blandaðu saman jarðarberjum, bláberjum og hindberjum.
h) Skreytið með sítrónuberki fyrir bragðmikið ívafi.

GLJÁR:
i) Bræðið hvíta súkkulaðið og smjörið í hitaþolinni skál yfir tvöföldum katli.
j) Takið af hitanum, bætið flórsykri út í og hrærið smám saman í heitu vatni þar til það er slétt.

k) Dýfðu toppnum á hverjum éclair í hvíta súkkulaðigljáann og láttu umfram leka af.
l) Berið fram kælt og njóttu berjabragðsins í þessum blandaða berja- og sítrónuberja-éclair!

46.Peach Ginger Éclairs

HRÁEFNI:
FYRIR CHOUX SÆTABRAUÐIÐ:
- 1 bolli vatn
- 1/2 bolli ósaltað smjör
- 1 bolli alhliða hveiti
- 4 stór egg

FYRIR FYLLINGU:
- 2 bollar sætabrauðsrjómi með ferskjubragði
- 1 bolli ferskar, sneiddar
- 1 tsk ferskt engifer, rifið

FYRIR GLÍAN:
- 1/2 bolli hvítt súkkulaði, saxað
- 1/4 bolli ósaltað smjör
- 1 bolli flórsykur
- 1/4 bolli heitt vatn

LEIÐBEININGAR:
CHOUX SÆTABRAUÐ:
a) Forhitaðu ofninn þinn í 375°F (190°C) og klæddu bökunarplötu með bökunarpappír.
b) Blandið vatni og smjöri saman í pott. Hitið yfir meðalhita þar til smjörið bráðnar og blandan kemur að suðu.
c) Takið af hitanum, bætið hveitinu út í og hrærið kröftuglega þar til blandan myndar kúlu.
d) Látið deigið kólna í nokkrar mínútur, bætið svo eggjunum út í einu í einu og þeytið vel eftir hverja viðbót.
e) Flyttu deigið í pípupoka og settu éclairs á tilbúna bökunarplötu.
f) Bakið í um 30 mínútur eða þar til gullinbrúnt. Látið kólna.
FYLLING:
g) Fylltu éclairs með ferskjubragðbætt sætabrauðskremi.
h) Blandið saman ferskum ferskjum og rifnum engifer í hægeldunum og setjið ofan á kremið.
GLJÁR:
i) Bræðið hvíta súkkulaðið og smjörið í hitaþolinni skál yfir tvöföldum katli.
j) Takið af hitanum, bætið flórsykri út í og hrærið smám saman í heitu vatni þar til það er slétt.
k) Dýfðu toppnum á hverjum éclair í hvíta súkkulaðigljáann og láttu umfram leka af.
l) Berið fram kælt og njóttu einstakrar blöndu af ferskju og engifer í þessum Éclairs!

47. Blackberry Lemon Éclairs

HRÁEFNI:
FYRIR CHOUX SÆTABRAUÐIÐ:
- 1 bolli vatn
- 1/2 bolli ósaltað smjör
- 1 bolli alhliða hveiti
- 4 stór egg

FYRIR FYLLINGU:
- 2 bollar sætabrauðsrjómi með sítrónubragði
- 1 bolli fersk brómber

FYRIR GLÍAN:
- 1/2 bolli hvítt súkkulaði, saxað
- 1/4 bolli ósaltað smjör
- 1 bolli flórsykur
- 1/4 bolli heitt vatn

LEIÐBEININGAR:
CHOUX SÆTABRAUÐ:
a) Forhitaðu ofninn þinn í 375°F (190°C) og klæddu bökunarplötu með bökunarpappír.
b) Blandið vatni og smjöri saman í pott. Hitið yfir meðalhita þar til smjörið bráðnar og blandan kemur að suðu.
c) Takið af hitanum, bætið hveitinu út í og hrærið kröftuglega þar til blandan myndar kúlu.
d) Látið deigið kólna í nokkrar mínútur, bætið svo eggjunum út í einu í einu og þeytið vel eftir hverja viðbót.
e) Flyttu deigið í pípupoka og settu éclairs á tilbúna bökunarplötu.
f) Bakið í um 30 mínútur eða þar til gullinbrúnt. Látið kólna.
FYLLING:
g) Fylltu éclairs með sætabrauðskremi með sítrónubragði.
h) Toppið kremið með ferskum brómberjum.
GLJÁR:
i) Bræðið hvíta súkkulaðið og smjörið í hitaþolinni skál yfir tvöföldum katli.
j) Takið af hitanum, bætið flórsykri út í og hrærið smám saman í heitu vatni þar til það er slétt.
k) Dýfðu toppnum á hverjum éclair í hvíta súkkulaðigljáann og láttu umfram leka af.
l) Berið fram kælt og njóttu hressandi bragðsins af Blackberry Lemon Éclairs!

48.Kiwi Coconut Éclairs

HRÁEFNI:
FYRIR CHOUX SÆTABRAUÐIÐ:
- 1 bolli vatn
- 1/2 bolli ósaltað smjör
- 1 bolli alhliða hveiti
- 4 stór egg

FYRIR FYLLINGU:
- 2 bollar kókosrjómi
- 1 bolli ferskt kiwi, sneið

FYRIR GLÍAN:
- 1/2 bolli hvítt súkkulaði, saxað
- 1/4 bolli ósaltað smjör
- 1 bolli flórsykur
- 1/4 bolli heitt vatn

LEIÐBEININGAR:
CHOUX SÆTABRAUÐ:
a) Forhitaðu ofninn þinn í 375°F (190°C) og klæddu bökunarplötu með bökunarpappír.
b) Blandið vatni og smjöri saman í pott. Hitið yfir meðalhita þar til smjörið bráðnar og blandan kemur að suðu.
c) Takið af hitanum, bætið hveitinu út í og hrærið kröftuglega þar til blandan myndar kúlu.
d) Látið deigið kólna í nokkrar mínútur, bætið svo eggjunum út í einu í einu og þeytið vel eftir hverja viðbót.
e) Flyttu deigið í pípupoka og settu éclairs á tilbúna bökunarplötu.
f) Bakið í um 30 mínútur eða þar til gullinbrúnt. Látið kólna.
FYLLING:
g) Fylltu éclairs með kókosrjóma.
h) Raðið sneiðum af fersku kiwi ofan á kremið.
GLJÁR:
i) Bræðið hvíta súkkulaðið og smjörið í hitaþolinni skál yfir tvöföldum katli.
j) Takið af hitanum, bætið flórsykri út í og hrærið smám saman í heitu vatni þar til það er slétt.
k) Dýfðu toppnum á hverjum éclair í hvíta súkkulaðigljáann og láttu umfram leka af.
l) Berið fram kælt og njóttu suðræns bragðs af Kiwi Coconut Éclairs!

NUTTY ECLAIRS

49.Súkkulaði Möndlu Makkarón Eclairs

HRÁEFNI:
ECLAIR DEIGT:
- 3 stór egg, við stofuhita
- 1/2 bolli vatn
- 4 1/2 matskeiðar ósaltað smjör, skorið í 1/2 tommu teninga
- 1 1/2 matskeiðar kornsykur
- 3/4 bolli sigtað alhliða hveiti
- 3 matskeiðar sigtað ósykrað basískt kakóduft

MÖNLU-MAKARÓNUFYLLING:
- 2 bollar kókosflöguð
- 1/2 bolli sykruð þétt mjólk
- 1/2 bolli ristaðar saxaðar möndlur

SÚKKULAÐI GLÁR:
- 10 aura hálfsætt súkkulaði, smátt saxað
- 8 aura þungur rjómi
- 1 msk létt maíssíróp

LEIÐBEININGAR:
GERÐU ECLAIRS:
a) Forhitið ofninn í 425 gráður F. Klæðið tvær bökunarplötur með bökunarpappír.
b) Hrærið eggin í mæliglasi úr gleri þar til þau blandast saman. Geymið 2 matskeiðar af þeyttum eggjum í litlum bolla.
c) Blandið vatni, smjöri og sykri saman í pott. Hitið þar til smjörið bráðnar. Látið suðuna koma upp, takið síðan af hitanum.
d) Þeytið hveiti og kakó út í þar til það er slétt. Hitið aftur, hrærið stöðugt þar til slétt kúla myndast.
e) Flyttu deigið yfir í skál. Hellið fráteknum 1/2 bolla af þeyttum eggjum yfir deigið og þeytið þar til slétt, mjúkt deig myndast.
f) Fylltu sætabrauðspoka með 5/16 tommu látlausum þjórfé með eclair deiginu. Pípaðu ræmur á tilbúnar bökunarplötur.
g) Penslið toppana á eclairunum með afganginum af þeyttu egginu.
h) Bakið í 10 mínútur, lækkaðu síðan hitastigið í 375 gráður F og haltu áfram að baka í 20 til 25 mínútur, þar til það er stökkt og glansandi. Kælið alveg.

GERÐU MÖNLU-MAKARÓNUFYLLINGuna:
i) Í skál, blandaðu saman kókoshnetu, sykruðu niðursoðnu mjólk og möndlum.
j) Hrærið þar til það hefur blandast vel saman.

GERÐU SÚKKULAÐIGLÍAN:
k) Setjið súkkulaði í miðlungs skál.
l) Hitið rjóma og maíssíróp í potti þar til það kemur að vægri suðu. Hellið súkkulaðið yfir og látið standa í 30 sekúndur.
m) Þeytið þar til slétt.

SAMLAÐU SAMAN OG GLJÁÐU ECLAIRS:
n) Skerið eclairs í tvennt og fjarlægið allt rakt deig.
o) Fylltu hvern eclair með um það bil 3 matskeiðum af möndlumakkarónfyllingunni.
p) Skiptu um efsta hluta hvers eclair.
q) Dýfðu þremur heilum möndlum í súkkulaðigljáann og settu þær ofan á hvern eclair.
r) Látið standa í 2 mínútur, hellið síðan gljáanum varlega yfir eclairs, þekur toppinn og hliðarnar.
s) Kældu þar til tilbúið til framreiðslu.
t) Njóttu þessara yndislegu súkkulaðimöndlumakkaróna Eclairs!

50. Pistasíu Lemon Éclairs

HRÁEFNI:
FYRIR KAMIÐAR Sítrónur (VALFRÆST):
- 10 sunquats (mini sítrónur)
- 2 bollar vatn
- 2 bollar sykur

FYRIR Pistasíumauk:
- 60 g óskurnar pistasíuhnetur (ekki ristaðar)
- 10 g vínberjaolía

FYRIR PISTASÍU-SÍTÓNUR MOUSSELINE krem:
- 500 g mjólk
- Börkur af 2 sítrónum
- 120 g eggjarauða
- 120 g sykur
- 40 g maíssterkju
- 30 g pistasíumauk (eða 45 g ef það er keypt)
- 120 g mjúkt smjör (skorið í teninga)

FYRIR PISTACHIO MARSIPAN:
- 200 g marsipan
- 15 g pistasíumauk
- Grænn matarlitur (gel)
- Smá púðursykur

FYRIR CHOUX SÆTABRAUÐ:
- 125 g smjör
- 125 g mjólk
- 125 g vatn
- 5 g sykur
- 5 g salt
- 140 g hveiti
- 220 g egg

FYRIR GLÍA:
- 200 g nappage neuter (hlutlaus hlaupgljái)
- 100 g vatn
- Grænn matarlitur (gel)

TIL SKREIT:
- Malaðar pistasíuhnetur

LEIÐBEININGAR:
SÍTÓNUR SÍTÓNUR (VALFRÆST):
a) Útbúið ísbað (pott með vatni og ís) og setjið til hliðar.
b) Notaðu beittan hníf til að skera þunnar sneiðar af sítrónu. Fleygðu fræunum.
c) Í öðrum potti, láttu vatn sjóða. Takið af hitanum og bætið sítrónusneiðunum strax út í heita vatnið. Blandið þar til sneiðarnar mýkjast (um það bil mínútu).
d) Hellið heita vatninu í gegnum sigti og setjið síðan sítrónusneiðarnar í ísbaðið í eina sekúndu. Hellið ísköldu vatni út með því að nota sigtið.
e) Blandið saman vatni og sykri í stórum potti á háum hita. Blandið þar til sykurinn hefur bráðnað og látið suðuna koma upp.
f) Minnka hitann í miðlungs og nota töng til að setja sítrónusneiðarnar í vatnið svo þær fljóti. Eldið við vægan hita þar til börkurinn verður gegnsær, um það bil 1½ klukkustund.
g) Fjarlægðu sítrónurnar með töngum og settu þær á kæligrindi. Settu bökunarpappír undir kæligrindina til að ná í síróp sem lekur af sítrónusneiðunum.

Pistasíumauk:
h) Forhitið ofninn í 160°C (320°F).
i) Ristið pistasíuhneturnar á bökunarplötu í um 7 mínútur þar til þær brúnast aðeins. Látið þær kólna.
j) Myldu kældu pistasíuhneturnar í duft í lítilli matvinnsluvél. Bætið olíunni út í og malið aftur þar til hún verður að mauki. Geymið það í kæli þar til það er notað.
k) Pistasíu-sítrónu mousseline krem:
l) Látið suðuna koma upp í mjólkinni. Slökkvið á hitanum, bætið sítrónuberki út í, setjið lok á og látið standa í 10 mínútur.
m) Blandið saman eggjarauðum og sykri í skál. Þeytið strax, bætið síðan maíssterkju út í og þeytið aftur.
n) Bætið volgri mjólkinni út í á meðan þeytt er. Hellið blöndunni í gegnum sigti í hreinan pott og fargið sítrónuberkinum sem eftir er í sigtinu.
o) Hitið á meðalhita og þeytið þar til blandan þyknar og verður rjómalöguð. Takið af hitanum.

p) Færið kremið yfir í skálina sem inniheldur pistasíumaukið. Þeytið þar til það er einsleitt. Hyljið með plastfilmu til að koma í veg fyrir að skorpu myndist og geymið í kæli.
q) Þegar kremið nær 40°C (104°F), bætið mjúka smjörinu smám saman út í og blandið vel saman. Setjið plastfilmu yfir og geymið í kæli.

CHOUX SÆTABRAUÐ:
r) Sigtið hveiti og setjið til hliðar.
s) Bætið smjöri, mjólk, vatni, sykri og salti í pott. Hitið á meðalhita þar til smjörið bráðnar og blandan kemur að suðu.
t) Takið af hitanum, bætið strax við hveiti í einu og blandið vel saman þar til samræmd blanda myndast sem líkist kartöflumús. Þetta er panade blandan.
u) Þurrkaðu panadeð í um það bil mínútu við lágan hita, hrærðu með spaða, þar til það byrjar að dragast aftur úr hliðum pottsins og storknar.
v) Settu panadeð yfir í blöndunarskál og kældu það aðeins. Þeytið eggin í sérstakri skál og bætið þeim smám saman við hrærivélina, bíðið eftir að hver viðbót blandist saman áður en meira er bætt við.
w) Blandið á lágum-miðlungshraða þar til deigið er slétt, glansandi og stöðugt.
x) Forhitið ofninn í 250°C (480°F). Hyljið bökunarplötu með bökunarpappír eða þunnu lagi af smjöri.
y) Pípið 12 cm langar ræmur af deigi á bakkann. Ekki opna ofnhurðina meðan á bakstri stendur.
z) Eftir 15 mínútur skaltu opna ofnhurðina örlítið (um 1 cm) til að hleypa út gufu. Lokaðu því og stilltu hitastigið á 170°C (340°F). Bakið í 20-25 mínútur þar til éclairarnir eru brúnir.
aa) Endurtaktu með afganginum af deiginu.

Pistasíumarsípan:
bb) Skerið marsipanið í teninga og blandið saman með flötum þeytara þar til það er mjúkt og einsleitt. Bætið við pistasíumauki og grænum matarlit (ef þess er óskað) og blandið þar til það er einsleitt.
cc) Fletjið marsipanið út í 2 mm þykkt og skerið strimla til að passa við éclairs.

SAMSETNING:

dd) Skerið tvö lítil göt í botn hvers éclair.
ee) Fylltu hvern éclair með pistasíu-sítrónukreminu í gegnum götin.
ff) Penslið smá gljáa á aðra hliðina á hverri marsipanstrimla og festið á éclairs.
gg) Dýfðu hverjum éclair ofan í gljáann og leyfðu umfram gljáanum að leka af.
hh) Skreytið með sætuðum sítrónusneiðum eða söxuðum pistasíuhnetum.
ii) Geymið í kæli þar til tilbúið er til framreiðslu.

51. Hlynur gljáður Eclairs toppaður með hnetum

Hráefni:
ECLAIR SKEL:
- 1/2 bolli mjólk
- 1/2 bolli vatn
- 2 matskeiðar hvítur kornsykur
- 1/4 tsk salt (minnkið niður í klípa ef notað er saltsmjör)
- 1/2 bolli ósaltað smjör
- 1/2 tsk vanilluþykkni
- 1 1/4 bolli alhliða hveiti, skeiðað og jafnað
- 4 stór egg

GLJÁR:
- 2/3 bolli flór-/konfektsykur
- 3 matskeiðar hlynsíróp

ÁFLAG:
- 1/2 bolli saxaðar valhnetur eða pekanhnetur
- Stráið fleur de sel salti yfir

MASCARPONE ÞEYTUR:
- 1 bolli mascarpone
- 2/3 bolli þungur þeyttur rjómi
- 1/4 bolli hvítur sykur
- 2 matskeiðar hlynsíróp

LEIÐBEININGAR:
FYRIR ECLAIR SKEJARNAR:
a) Forhitið ofninn í 450°F með grindum í efsta og neðri þriðjungi. Klæðið tvær bökunarplötur með bökunarpappír.
b) Blandið saman mjólk, vatni, sykri, salti og smjöri í miðlungs potti yfir miðlungshita. Látið suðuna koma upp, þeytið vanillu út í og bætið hveiti út í í einu. Hrærið þar til blandan losnar frá hliðinni á pottinum.
c) Lækkið hitann í lágan og haltu áfram að elda, hrærið stöðugt í, í um það bil 3 mínútur til að fjarlægja raka. Takið af hitanum og setjið yfir í blöndunarskál eða skál með hrærivél.
d) Hrærið í 2-3 mínútur til að kæla blönduna. Bætið eggjum við einu í einu, þeytið vel eftir hverja viðbót. Setjið blönduna yfir í sprautupoka og látið standa í 20 mínútur.

e) Pípaðu deigið í um það bil 5-6 tommu langa og 1 tommu breiða stokka og skildu eftir jafnt bil á milli þeirra. Gakktu úr skugga um að þau séu ekki of þunn, þar sem þau þurfa þykkt til að sneiða síðar.
f) Setjið í forhitaðan ofninn og lækkið hitann STRAX Í 350°F. Bakið í 35-40 mínútur þar til það er gullið, stökkt og stökkt. Kælið á grind.

FYRIR GLÍAN:
g) Skerið eclair næstum í gegn fyrir glerjun og skilið eftir „löm" á annarri hliðinni. Blandið flórsykri saman við hlynsíróp í lítilli skál þar til þunnur gljái myndast.
h) Penslið gljáann ofan á eclairinn og stráið strax söxuðum valhnetum og smá salti yfir ef vill. Látið standa við stofuhita þar til gljáinn harðnar.

FYRIR FYLLINGU:
i) Blandið saman mascarpone, þeyttum rjóma, sykri og hlynsírópi í stórri skál eða skál hrærivélar með þeytara.
j) Þeytið þar til blandan þykknar að pípusamkvæmni. Setjið í sprautupoka og fyllið hvern eclair. (Hægt er að búa til fyllingu á undan, hylja, geyma í kæli og stinga nær framreiðslu.)
k) Fylltir eclairs geymast vel afhjúpaðir í ísskápnum mest allan daginn.

52.Hindberja Pistasíu Eclair

Hráefni:

FYRIR PATE-A-CHOUX DEIGIÐ:
- 1 bolli vatn
- 1/2 bolli ósaltað smjör
- 1/4 tsk salt
- 1 bolli alhliða hveiti
- 4 stór egg

FYRIR FYLLINGU:
- 1 bolli skurnar pistasíuhnetur
- 1/2 bolli írskur rjómi (Bailey's)
- Grænn matarlitur
- 8 oz rjómaostur, mildaður
- 1/2 bolli hvít súkkulaðibitar, brætt
- 1 bolli þungur rjómi, kældur

FYRIR GLÍAN:
- 1/2 bolli frostþurrkuð hindber
- 1 bolli hvít súkkulaðibitar
- 1/2 bolli þungur rjómi
- 2 bollar fersk hindber

LEIÐBEININGAR:

a) Forhitið ofninn í 425F og klæddu bökunarplötu með bökunarpappír.
b) Útbúið sætabrauðspoka með stjörnuodda.

GERÐU PATE-A-CHOUX DEIG:
c) Í potti, látið vatn, smjör og salt malla.
d) Bætið við hveiti, hrærið þar til mjúkt deig myndast. Kælið, bætið síðan eggjunum við einu í einu.
e) Stingið stöngina á bökunarplötuna og bakið þar til þær eru gullnar.

ÚRBIÐI HINBERBERJAGLÍA :
f) Myljið frostþurrkuð hindber og sigtið duftið.
g) Blandið saman hvítu súkkulaði og rjóma, hitið þar til það er slétt.
h) Bætið hindberjadufti út í, hrærið og látið gljáann kólna.

ÚRBIÐU PISTASJÓKJÓMAFYLLING :

i) Blandið saman pistasíuhnetum, írskum rjóma og grænum matarlit þar til maukað er.
j) Þeytið rjómaostinn í skál þar til hann verður loftkenndur og bætið síðan bræddu hvítu súkkulaði og pistasíumauki út í.
k) Bætið kældum þungum rjóma út í og þeytið þar til það er stíft.

SAMLAÐU ECLAIRS:
l) Skiptu kældum eclairs í tvennt. Pípaðu pistasíukrem á neðri helminginn, bætið hindberjum út í og hyljið með efsta helmingnum.
m) Dýfðu efsta hluta hvers eclair í hindberjagljáann.
n) Skreytið með frostþurrkuðum hindberjabitum, hvítu súkkulaðiskrauti, afgangi af rjóma, ferskum hindberjum eða pistasíubitum.
o) Geymið eclairs í kæli og fjarlægðu 20 mínútum áður en þær eru bornar fram.
p) Njóttu yndislegrar samsetningar hindberja og pistasíu í þessum glæsilegu eclairs, fullkomin fyrir hvaða tilefni sem er!

53.Súkkulaði og heslihnetu Eclairs

HRÁEFNI:
FYRIR CHOUX SÆTABRAUÐIÐ:
- 1 bolli vatn
- 1/2 bolli ósaltað smjör
- 1 bolli alhliða hveiti
- 1/2 tsk salt
- 1 matskeið sykur
- 4 stór egg

FYRIR HESSELNUTURJÓMAFYLLINGuna :
- 1 bolli þungur rjómi
- 1/4 bolli flórsykur
- 1 tsk vanilluþykkni
- 1/2 bolli heslihnetuálegg (td Nutella)

FYRIR SÚKKULAÐI GANACHE:
- 1 bolli hálfsætar súkkulaðiflögur
- 1/2 bolli þungur rjómi
- 2 matskeiðar ósaltað smjör

LEIÐBEININGAR:
CHOUX SÆTABRAUÐ:
a) Forhitaðu ofninn þinn í 425°F (220°C). Klæðið bökunarplötu með bökunarpappír.
b) Blandið saman vatni, smjöri, salti og sykri í potti yfir meðalhita. Látið suðu koma upp.
c) Takið af hitanum og hrærið hveitinu hratt út í þar til deig myndast.
d) Setjið pönnuna aftur á lágan hita og eldið deigið, hrærið stöðugt í, í 1-2 mínútur til að þorna það.
e) Flyttu deigið yfir í stóra blöndunarskál. Látið það kólna í nokkrar mínútur.
f) Bætið eggjum út í einu í einu, þeytið vel eftir hverja viðbót þar til deigið er slétt og glansandi.
g) Flyttu deigið í sprautupoka með stórum hringlaga odd. Settu 4 tommu langar ræmur á tilbúna bökunarplötuna.
h) Bakið í 15 mínútur við 425°F, lækkið síðan hitann í 375°F (190°C) og bakið í 20 mínútur til viðbótar eða þar til hann er gullinbrúnn. Látið kólna alveg.

fyrir HESSELNUTUR :
i) Þeytið þungan rjómann í blöndunarskál þar til mjúkir toppar myndast.
j) Bætið flórsykri og vanilluþykkni út í. Haltu áfram að þeyta þar til stífir toppar myndast.
k) Blandið heslihnetuálegginu varlega saman við þar til það hefur blandast vel saman.

SÚKKULAÐI GANACHE:
l) Setjið súkkulaðibita í hitaþolna skál.
m) Hitið þungan rjóma í potti þar til hann byrjar að malla.
n) Hellið heita rjómanum yfir súkkulaðið og látið standa í eina mínútu.
o) Hrærið þar til það er slétt, bætið síðan smjöri við og hrærið þar til bráðið.

SAMSETNING:
p) Skerið hvern kældan eclair í tvennt lárétt.
q) Hellið heslihneturjómafyllingunni með skeið eða leggið ofan á neðri hluta hvers eclair.
r) Setjið efri helming eclairsins á fyllinguna.
s) Dýfðu toppnum á hverjum eclair ofan í súkkulaðiganache eða skeiðaðu ganache yfir toppinn.
t) Leyfið ganachinu að stífna í nokkrar mínútur.
u) Valfrjálst, stráið söxuðum heslihnetum ofan á til skrauts.
v) Berið fram og njótið stórkostlegrar samsetningar af súkkulaði og heslihnetum í hverjum ljúffenga bita þessara súkkulaði- og heslihnetu-éclairs!

54. Hnetusmjör súkkulaði Eclairs

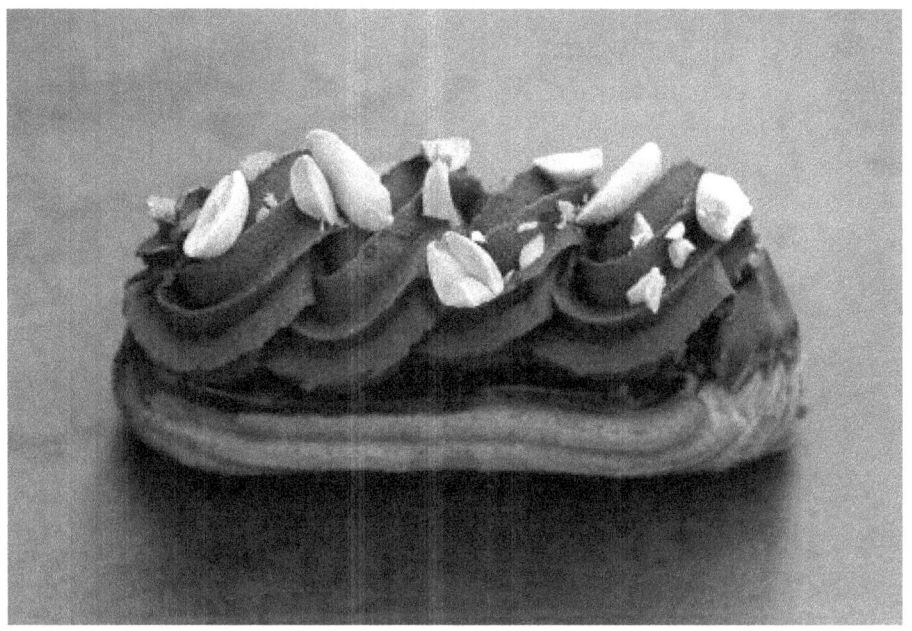

HRÁEFNI:
FYRIR ECLAIRS:
- 160 ml. vatn
- 5 grömm af sykri
- 70 grömm smjör
- 3 grömm fínt salt
- 15 grömm maíssterkju
- 90 grömm af alhliða hveiti
- 2-3 egg þeytt

FYRIR Hnetusmjörskrem:
- 250 ml. þeyttur rjómi
- 100 gr slétt hnetusmjör
- 50 gr sykurduft

FYRIR SÚKKULAÐI GANACHE (FYRIR BÆÐI ÍDÝFINGU OG ÁFRAM):
- 250 gr dökkt súkkulaði
- 250 ml. þeyttur rjómi
- Klípa af salti

SKREIT:
- 50-60 grömm af söltuðum helminguðum hnetum ristuðum

LEIÐBEININGAR:
GERÐU ECLAIRS:
a) Hitið ofninn í 180c gráður.
b) Setjið vatn, salt, sykur og smjör í meðalstóran pott og hitið að suðu.
c) Bætið maíssterkju og hveiti út í og hrærið á meðan eldað er þar til það breytist í deigklump.
d) Setjið deigið yfir í skál rafmagnshrærivélar með skál og blandið á meðalhraða í 2-3 mínútur þar til það kólnar aðeins.
e) Bætið eggjunum út í smám saman á meðan þeytt er þar til deigið er teygjanlegt og slétt.
f) Athugaðu hvort deigið sé tilbúið með því að búa til "slóð" með tréskeið í miðju deigsins - ef brautin helst stöðug skaltu bæta við nokkrum eggjum og ef það lokar aðeins - er deigið tilbúið. Mikilvægt er að bæta ekki of mörgum eggjum í deigið því þá getur það orðið of mjúkt og eyðilagt.

g) Flyttu deigið yfir í sætabrauðspoka með 2 cm rifnum röndum. Á bökunarplötu klædda bökunarpappírspípu 8-10 cm löngum eclairs. Það er mikilvægt að skilja eftir smá bil á milli eclairs.
h) Bakið eclairs í 20-25 mínútur þar til þær eru gullnar og stífnar.
i) Kælið alveg við stofuhita.
j) Gerðu 2 lítil göt neðst á hverjum eclair.

Hnetusmjörskrem:
k) Þeytið rjóma, hnetusmjör og flórsykur í skál með hrærivél með þeytara á miklum hraða þar til rjómakennt og mjög stöðugt.
l) Fylltu eclairs með hnetusmjörskreminu og geymdu þá fyllt í kæli þar til húðun og skraut.

SÚKKULAÐI GANACHE:
m) Saxið súkkulaðið og setjið í skál.
n) Hitið rjóma og salt í litlum potti til að malla.
o) Hellið heita rjómanum yfir saxað súkkulaðið, bíðið í eina mínútu og þeytið vel þar til samræmd og glansandi súkkulaðiganache myndast.
p) Dýfðu toppnum á eclairunum í heitan ganache og láttu þá kólna í kæli til að stífna.
q) Færið afganginn af ganache í breitt box og kælið í 2-3 klukkustundir þar til það er alveg kalt.
r) Flyttu kalda ganachann yfir í skál með hrærivél með þeytibúnaði og þeytið á miklum hraða þar til þú ert stöðugur og loftkenndur.
s) Setjið rjómann yfir í sætabrauðspoka með 2 cm röndóttum röndum og dreypið súkkulaðikremi ofan á hvern éclair.
t) Skreytið með ristuðum salthnetum og berið fram.

55. Almond Praline Éclairs

HRÁEFNI:
FYRIR CHOUX SÆTABRAUÐIÐ:
- 1 bolli vatn
- 1/2 bolli ósaltað smjör
- 1 bolli alhliða hveiti
- 4 stór egg

FYRIR FYLLINGU:
- 2 bollar sætabrauðsrjómi með möndlubragði
- Möndlupralína til skrauts (hakkaðar möndlur karamellaðar í sykri)

FYRIR GLÍAN:
- 1/2 bolli dökkt súkkulaði, saxað
- 1/4 bolli ósaltað smjör
- 1 bolli flórsykur
- 1/4 bolli heitt vatn

LEIÐBEININGAR:
CHOUX SÆTABRAUÐ:
a) Forhitaðu ofninn þinn í 375°F (190°C) og klæddu bökunarplötu með bökunarpappír.
b) Blandið vatni og smjöri saman í pott. Hitið yfir meðalhita þar til smjörið bráðnar og blandan kemur að suðu.
c) Takið af hitanum, bætið hveitinu út í og hrærið kröftuglega þar til blandan myndar kúlu.
d) Látið deigið kólna í nokkrar mínútur, bætið svo eggjunum út í einu í einu og þeytið vel eftir hverja viðbót.
e) Flyttu deigið í pípupoka og settu éclairs á tilbúna bökunarplötu.
f) Bakið í um 30 mínútur eða þar til gullinbrúnt. Látið kólna.

FYLLING:
g) Fylltu éclairs með möndlubragðbættu sætabrauðskremi. Þú getur notað pípupoka eða litla skeið til að fylla hvern éclair.
h) Skreytið fylltu éclairs með möndlupralíni. Til að búa til pralínið, hitið saxaðar möndlur á pönnu þar til þær eru létt ristaðar. Stráið sykri yfir möndlurnar og haltu áfram að hita þar til sykurinn karamelliserast. Leyfið því að kólna og skerið í litla bita.

GLJÁR:
i) Bræðið dökkt súkkulaðið og smjörið í hitaþolinni skál yfir tvöföldum katli.
j) Takið af hitanum, bætið flórsykri út í og hrærið smám saman í heitu vatni þar til það er slétt.
k) Dýfðu toppnum á hverjum éclair í dökka súkkulaðigljáann, tryggðu jafna þekju. Leyfðu umfram að leka af.
l) Setjið gljáðum éclairs á bakka og látið kólna þar til súkkulaðið er stíft.
m) Berið fram kælt og njótið hnetusætunnar í möndlu Praline Éclairs!

56. Walnut Maple Éclairs

HRÁEFNI:
FYRIR CHOUX SÆTABRAUÐIÐ:
- 1 bolli vatn
- 1/2 bolli ósaltað smjör
- 1 bolli alhliða hveiti
- 4 stór egg

FYRIR FYLLINGU:
- 2 bollar sætabrauðsrjómi með valhnetubragði
- Hlynsíróp til að drekka

FYRIR GLÍAN:
- 1/2 bolli hvítt súkkulaði, saxað
- 1/4 bolli ósaltað smjör
- 1 bolli flórsykur
- 1/4 bolli heitt vatn

LEIÐBEININGAR:
CHOUX SÆTABRAUÐ:
a) Forhitaðu ofninn þinn í 375°F (190°C) og klæddu bökunarplötu með bökunarpappír.
b) Blandið vatni og smjöri saman í pott. Hitið yfir meðalhita þar til smjörið bráðnar og blandan kemur að suðu.
c) Takið af hitanum, bætið hveitinu út í og hrærið kröftuglega þar til blandan myndar kúlu.
d) Látið deigið kólna í nokkrar mínútur, bætið svo eggjunum út í einu í einu og þeytið vel eftir hverja viðbót.
e) Flyttu deigið í pípupoka og settu éclairs á tilbúna bökunarplötu.
f) Bakið í um 30 mínútur eða þar til gullinbrúnt. Látið kólna.

FYLLING:
g) Fylltu éclairs með rjóma með valhnetubragði. Notaðu pípupoka eða litla skeið til að fylla hvern éclair.
h) Dreypið hlynsírópi yfir fylltu éclairs. Þú getur stillt magn af hlynsírópi eftir smekk þínum.

GLJÁR:
i) Bræðið hvíta súkkulaðið og smjörið í hitaþolinni skál yfir tvöföldum katli.
j) Takið af hitanum, bætið flórsykri út í og hrærið smám saman í heitu vatni þar til það er slétt.

k) Dýfðu toppnum á hverjum éclair í hvíta súkkulaðigljáann, tryggðu jafna þekju. Leyfðu umfram að leka af.
l) Setjið gljáðum éclairs á bakka og látið kólna þar til súkkulaðið er stíft.
m) Berið fram kælt og njóttu yndislegrar samsetningar valhneta og hlyns í Walnut Maple Éclairs!

57.Pistasíu Rose Éclairs

HRÁEFNI:
FYRIR CHOUX SÆTABRAUÐIÐ:
- 1 bolli vatn
- 1/2 bolli ósaltað smjör
- 1 bolli alhliða hveiti
- 4 stór egg

FYRIR FYLLINGU:
- 2 bollar sætabrauðskrem með pistasíubragði
- Ætanleg rósablöð til skrauts

FYRIR GLÍAN:
- 1/2 bolli dökkt súkkulaði, saxað
- 1/4 bolli ósaltað smjör
- 1 bolli flórsykur
- 1/4 bolli heitt vatn

LEIÐBEININGAR:
CHOUX SÆTABRAUÐ:
a) Forhitaðu ofninn þinn í 375°F (190°C) og klæddu bökunarplötu með bökunarpappír.
b) Blandið vatni og smjöri saman í pott. Hitið yfir meðalhita þar til smjörið bráðnar og blandan kemur að suðu.
c) Takið af hitanum, bætið hveitinu út í og hrærið kröftuglega þar til blandan myndar kúlu.
d) Látið deigið kólna í nokkrar mínútur, bætið svo eggjunum út í einu í einu og þeytið vel eftir hverja viðbót.
e) Flyttu deigið í pípupoka og settu éclairs á tilbúna bökunarplötu.
f) Bakið í um 30 mínútur eða þar til gullinbrúnt. Látið kólna.

FYLLING:
g) Fylltu éclairs með sætabrauðskremi með pistasíubragði. Þú getur notað pípupoka eða litla skeið til að fylla hvern éclair.
h) Skreytið fylltu éclairs með ætum rósablöðum.

GLJÁR:
i) Bræðið dökkt súkkulaðið og smjörið í hitaþolinni skál yfir tvöföldum katli.
j) Takið af hitanum, bætið flórsykri út í og hrærið smám saman í heitu vatni þar til það er slétt.

k) Dýfðu toppnum á hverjum éclair í dökka súkkulaðigljáann, tryggðu jafna þekju. Leyfðu umfram að leka af.
l) Setjið gljáðum éclairs á bakka og látið kólna þar til súkkulaðið er stíft.
m) Berið fram kælt og njóttu framandi bragða af Pistachio Rose Éclairs!

58. Pecan Caramel Éclairs

HRÁEFNI:
FYRIR CHOUX SÆTABRAUÐIÐ:
- 1 bolli vatn
- 1/2 bolli ósaltað smjör
- 1 bolli alhliða hveiti
- 4 stór egg

FYRIR FYLLINGU:
- 2 bollar karamellubragðbætt sætabrauðskrem
- Saxaðar pekanhnetur til skrauts

FYRIR KARAMELLUGLÍAN:
- 1 bolli kornsykur
- 1/4 bolli vatn
- 1/2 bolli þungur rjómi
- 1/4 bolli ósaltað smjör

LEIÐBEININGAR:
CHOUX SÆTABRAUÐ:
a) Forhitaðu ofninn þinn í 375°F (190°C) og klæddu bökunarplötu með bökunarpappír.
b) Blandið vatni og smjöri saman í pott. Hitið yfir meðalhita þar til smjörið bráðnar og blandan kemur að suðu.
c) Takið af hitanum, bætið hveitinu út í og hrærið kröftuglega þar til blandan myndar kúlu.
d) Látið deigið kólna í nokkrar mínútur, bætið svo eggjunum út í einu í einu og þeytið vel eftir hverja viðbót.
e) Flyttu deigið í pípupoka og settu éclairs á tilbúna bökunarplötu.
f) Bakið í um 30 mínútur eða þar til gullinbrúnt. Látið kólna.

FYLLING:
g) Fylltu éclairs með karamellubragðbættu sætabrauðskremi. Þú getur notað pípupoka eða litla skeið til að fylla hvern éclair.
h) Skreytið fylltu éclairs með söxuðum pekanhnetum.

KARAMELGLJÁR:
i) Í þykkbotna potti blandið saman sykri og vatni yfir miðlungshita. Hrærið þar til sykurinn leysist upp.
j) Leyfið blöndunni að koma að suðu án þess að hræra. Haltu áfram að elda þar til karamellan fær djúpan gulbrún lit.

k) Bætið þungum rjómanum varlega og rólega út í á meðan hrært er stöðugt. Verið varkár þar sem blandan mun kúla.
l) Takið pottinn af hitanum og hrærið ósöltuðu smjörinu saman við þar til það er slétt.
m) Látið karamelluglásinn kólna í nokkrar mínútur, dýfið síðan toppnum á hverjum éclair ofan í karamellugljáann og tryggið jafna þekju. Leyfðu umfram að leka af.
n) Setjið gljáðum éclairs á bakka og látið kólna þar til karamellan er stíf.
o) Berið fram kælt og njóttu sætrar og hnetukenndu ánægjunnar af Pecan Caramel Éclairs!
p) Ekki hika við að bæta fleiri saxuðum pekanhnetum ofan á til að auka áferð. Njóttu heimabökuðu Pecan Caramel Éclairs!

59.Macadamia hvítt súkkulaði Éclairs

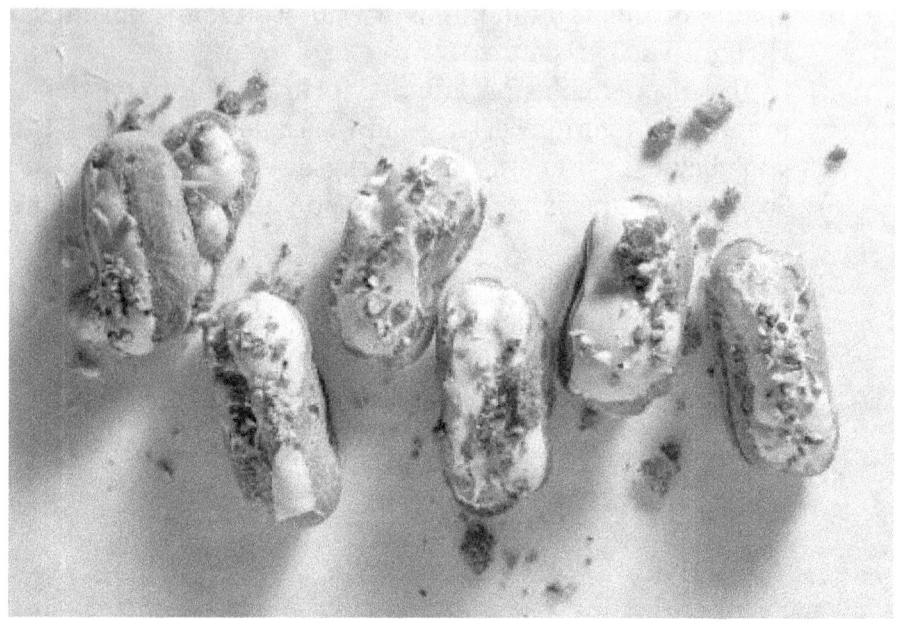

HRÁEFNI:
FYRIR CHOUX SÆTABRAUÐIÐ:
- 1 bolli vatn
- 1/2 bolli ósaltað smjör
- 1 bolli alhliða hveiti
- 4 stór egg

FYRIR FYLLINGU:
- 2 bollar sætabrauðskrem með hvítu súkkulaði og macadamia hnetum
- Makadamíuhnetur til skrauts

FYRIR HVÍTA SÚKKULAÐIGLÍAN:
- 1/2 bolli hvítt súkkulaði, saxað
- 1/4 bolli ósaltað smjör
- 1 bolli flórsykur
- 1/4 bolli heitt vatn

LEIÐBEININGAR:
CHOUX SÆTABRAUÐ:
a) Forhitaðu ofninn þinn í 375°F (190°C) og klæddu bökunarplötu með bökunarpappír.
b) Blandið vatni og smjöri saman í pott. Hitið yfir meðalhita þar til smjörið bráðnar og blandan kemur að suðu.
c) Takið af hitanum, bætið hveitinu út í og hrærið kröftuglega þar til blandan myndar kúlu.
d) Látið deigið kólna í nokkrar mínútur, bætið svo eggjunum út í einu í einu og þeytið vel eftir hverja viðbót.
e) Flyttu deigið í pípupoka og settu éclairs á tilbúna bökunarplötu.
f) Bakið í um 30 mínútur eða þar til gullinbrúnt. Látið kólna.

FYLLING:
g) Fylltu éclairs með hvítu súkkulaði og macadamia-hnetubragðandi sætabrauðskremi. Notaðu pípupoka eða litla skeið til að fylla hvern éclair.
h) Skreytið fylltu éclairs með söxuðum macadamia hnetum.

Hvítur súkkulaði gljáa:
i) Bræðið hvíta súkkulaðið og smjörið í hitaþolinni skál yfir tvöföldum katli.

j) Takið af hitanum, bætið flórsykri út í og hrærið smám saman í heitu vatni þar til það er slétt.
k) Dýfðu toppnum á hverjum éclair í hvíta súkkulaðigljáann, tryggðu jafna þekju. Leyfðu umfram að leka af.
l) Setjið gljáðu éclairs á bakka og látið þá kólna þar til hvíta súkkulaðið er stíft.
m) Berið fram kælt og njótið yndislegrar samsetningar af Macadamia White Chocolate Éclairs!

KRYDDIR ECLAIRS

60. Maple Pumpkin Eclairs

HRÁEFNI:
FYRIR ECLAIRS:
- 1/2 bolli ósaltað smjör
- 1 bolli vatn
- 1 bolli alhliða hveiti
- 1/2 tsk malaður kanill
- 1/4 tsk HVER: salt, malaður múskat
- 4 stór egg

TIL FYLLINGAR:
- 1/3 bolli rjómaostur, mildaður
- 1/3 bolli hreint graskersmauk
- 1/2 tsk hlynsírópseyði
- Stráið af möluðum kanil, múskati
- 1 bolli þungur rjómi, kældur
- 1 bolli konfektsykur

FYRIR GLÍA:
- 1 1/2 bolli konfektsykur
- 1/4 bolli hlynsíróp
- 2 matskeiðar þungur rjómi

LEIÐBEININGAR:
FYRIR PATE A CHOUX:
a) Forhitið ofninn í 425F/218C. Klæðið bökunarplötur með bökunarpappír og útbúið sætabrauðspoka með frönskum stjörnuodda.
b) Sigtið hveiti, salt, kanil og múskat í skál. Sjóðið smjör og vatn í pott. Bætið þurrefnum út í, hrærið þar til deigkúla myndast.
c) Leyfið deiginu að kólna, bætið síðan eggjunum við einu í einu og blandið vel saman. Flyttu deigið í sætabrauðspoka.

GERÐ ECLAIRS:
d) Píptu 4 til 6 tommu eclairs á smjörpappír. Bakið við 425F í 10 mínútur, lækkið síðan í 375F og bakið í 30-35 mínútur þar til gullið er. Kælið á vírgrind.

GRASSKERJAFYLLING:
e) Blandið saman rjómaosti, graskersmauki, þykkni og kryddi. Þeytið þar til slétt.

f) Í sérstakri skál, þeytið þungan rjóma og sykur þar til stífir toppar myndast. Bætið graskerblöndunni saman við og þeytið þar til það er létt og ljóst.
g) Færið fyllinguna í sætabrauðspoka.

Hlyn glerungur:
h) Setjið konfektsykur í skál.
i) Bætið við hlynsírópi og þungum rjóma smám saman þar til æskilegri þéttleika er náð.

SAMSETNING:
j) Þegar eclairs eru kældir skaltu fylla þá frá hliðinni, botninum eða með því að kljúfa og leiða inn í miðjuna.
k) Dýfðu efsta helmingi hvers fyllts eclair í hlyngljáann. Leyfðu umfram gljáa að leka niður.
l) Geymið eclairs í kæli í loftþéttu íláti.

61. Cinnamon Spice Éclairs

HRÁEFNI:
FYRIR CHOUX SÆTABRAUÐIÐ:
- 1 bolli vatn
- 1/2 bolli ósaltað smjör
- 1 bolli alhliða hveiti
- 4 stór egg

FYRIR FYLLINGU:
- 2 bollar kanilkryddað sætabrauðskrem

FYRIR GLÍAN:
- 1/2 bolli dökkt súkkulaði, saxað
- 1/4 bolli ósaltað smjör
- 1 bolli flórsykur
- 1/4 bolli heitt vatn

LEIÐBEININGAR:
CHOUX SÆTABRAUÐ:
a) Forhitaðu ofninn þinn í 375°F (190°C) og klæddu bökunarplötu með bökunarpappír.
b) Blandið vatni og smjöri saman í pott. Hitið yfir meðalhita þar til smjörið bráðnar og blandan kemur að suðu.
c) Takið af hitanum, bætið hveitinu út í og hrærið kröftuglega þar til blandan myndar kúlu.
d) Látið deigið kólna í nokkrar mínútur, bætið svo eggjunum út í einu í einu og þeytið vel eftir hverja viðbót.
e) Flyttu deigið í pípupoka og settu éclairs á tilbúna bökunarplötu.
f) Bakið í um 30 mínútur eða þar til gullinbrúnt. Látið kólna.

FYLLING:
g) Útbúið kanilkryddað sætabrauðskrem. Þú getur bætt möluðum kanil við klassíska sætabrauðsuppskrift eða notað tilbúið sætabrauðskrem með kanilbragði.
h) Fylltu éclairsna með kanilkrydduðu sætabrauðskreminu með því að nota pípupoka eða litla skeið.

GLJÁR:
i) Bræðið dökkt súkkulaðið og smjörið í hitaþolinni skál yfir tvöföldum katli.
j) Takið af hitanum, bætið flórsykri út í og hrærið smám saman í heitu vatni þar til það er slétt.

k) Dýfðu toppnum á hverjum éclair í dökka súkkulaðigljáann, tryggðu jafna þekju. Leyfðu umfram að leka af.
l) Setjið gljáðum éclairs á bakka og látið kólna þar til súkkulaðið er stíft.
m) Berið fram kælt og njótið heitt og huggulegt bragð af Cinnamon Spice Éclairs!

62.Kardimommur Éclairs

HRÁEFNI:
FYRIR CHOUX SÆTABRAUÐIÐ:
- 1 bolli vatn
- 1/2 bolli ósaltað smjör
- 1 bolli alhliða hveiti
- 4 stór egg

FYRIR FYLLINGU:
- 2 bollar kardimommubætt sætabrauðskrem

FYRIR GLÍAN:
- 1/2 bolli hvítt súkkulaði, saxað
- 1/4 bolli ósaltað smjör
- 1 bolli flórsykur
- 1/4 bolli heitt vatn

LEIÐBEININGAR:
CHOUX SÆTABRAUÐ:
a) Forhitaðu ofninn þinn í 375°F (190°C) og klæddu bökunarplötu með bökunarpappír.
b) Blandið vatni og smjöri saman í pott. Hitið yfir meðalhita þar til smjörið bráðnar og blandan kemur að suðu.
c) Takið af hitanum, bætið hveitinu út í og hrærið kröftuglega þar til blandan myndar kúlu.
d) Látið deigið kólna í nokkrar mínútur, bætið svo eggjunum út í einu í einu og þeytið vel eftir hverja viðbót.
e) Flyttu deigið í pípupoka og settu éclairs á tilbúna bökunarplötu.
f) Bakið í um 30 mínútur eða þar til gullinbrúnt. Látið kólna.

FYLLING:
g) Undirbúið kardimommudælt sætabrauðskrem. Þú getur blandað malaðri kardimommum í klassíska sætabrauðsuppskrift eða notað tilbúið sætabrauðskrem með kardimommum.
h) Fylltu éclairsna með kardimommufylltu sætabrauðskreminu með því að nota pípupoka eða litla skeið.

GLJÁR:
i) Bræðið hvíta súkkulaðið og smjörið í hitaþolinni skál yfir tvöföldum katli.

j) Takið af hitanum, bætið flórsykri út í og hrærið smám saman í heitu vatni þar til það er slétt.
k) Dýfðu toppnum á hverjum éclair í hvíta súkkulaðigljáann, tryggðu jafna þekju. Leyfðu umfram að leka af.
l) Setjið gljáðu éclairs á bakka og látið þá kólna þar til hvíta súkkulaðið er stíft.
m) Berið fram kælt og njóttu arómatísks og framandi bragðs af Cardamom Éclairs!

63. Piparkökur Éclairs

HRÁEFNI:
FYRIR CHOUX SÆTABRAUÐIÐ:
- 1 bolli vatn
- 1/2 bolli ósaltað smjör
- 1 bolli alhliða hveiti
- 4 stór egg

FYRIR FYLLINGU:
- 2 bollar piparkökukryddað sætabrauðskrem

FYRIR GLÍAN:
- 1/2 bolli dökkt súkkulaði, saxað
- 1/4 bolli ósaltað smjör
- 1 bolli flórsykur
- 1/4 bolli heitt vatn

LEIÐBEININGAR:
CHOUX SÆTABRAUÐ:
a) Forhitaðu ofninn þinn í 375°F (190°C) og klæddu bökunarplötu með bökunarpappír.
b) Blandið vatni og smjöri saman í pott. Hitið yfir meðalhita þar til smjörið bráðnar og blandan kemur að suðu.
c) Takið af hitanum, bætið hveitinu út í og hrærið kröftuglega þar til blandan myndar kúlu.
d) Látið deigið kólna í nokkrar mínútur, bætið svo eggjunum út í einu í einu og þeytið vel eftir hverja viðbót.
e) Flyttu deigið í pípupoka og settu éclairs á tilbúna bökunarplötu.
f) Bakið í um 30 mínútur eða þar til gullinbrúnt. Látið kólna.

FYLLING:
g) Útbúið piparkökukryddað sætabrauðskrem. Þú getur bætt blöndu af möluðu engifer, kanil, múskati og negul við klassíska sætabrauðsuppskrift eða notað tilbúið sætabrauðskrem með piparkökubragði.
h) Fylltu éclairsna með piparkökukrydduðu sætabrauðskreminu með því að nota úðapoka eða litla skeið.

GLJÁR:
i) Bræðið dökkt súkkulaðið og smjörið í hitaþolinni skál yfir tvöföldum katli.

j) Takið af hitanum, bætið flórsykri út í og hrærið smám saman í heitu vatni þar til það er slétt.
k) Dýfðu toppnum á hverjum éclair í dökka súkkulaðigljáann, tryggðu jafna þekju. Leyfðu umfram að leka af.
l) Setjið gljáðum éclairs á bakka og látið kólna þar til súkkulaðið er stíft.
m) Berið fram kælt og njótið heitt og huggulegt bragð af Gingerbread Éclairs!

64.Múskatinnrennsli Éclairs

HRÁEFNI:
FYRIR CHOUX SÆTABRAUÐIÐ:
- 1 bolli vatn
- 1/2 bolli ósaltað smjör
- 1 bolli alhliða hveiti
- 4 stór egg

FYRIR FYLLINGU:
- 2 bollar múskatblandað sætabrauðskrem

FYRIR GLÍAN:
- 1/2 bolli hvítt súkkulaði, saxað
- 1/4 bolli ósaltað smjör
- 1 bolli flórsykur
- 1/4 bolli heitt vatn

LEIÐBEININGAR:
CHOUX SÆTABRAUÐ:
a) Forhitaðu ofninn þinn í 375°F (190°C) og klæddu bökunarplötu með bökunarpappír.
b) Blandið vatni og smjöri saman í pott. Hitið yfir meðalhita þar til smjörið bráðnar og blandan kemur að suðu.
c) Takið af hitanum, bætið hveitinu út í og hrærið kröftuglega þar til blandan myndar kúlu.
d) Látið deigið kólna í nokkrar mínútur, bætið svo eggjunum út í einu í einu og þeytið vel eftir hverja viðbót.
e) Flyttu deigið í pípupoka og settu éclairs á tilbúna bökunarplötu.
f) Bakið í um 30 mínútur eða þar til gullinbrúnt. Látið kólna.

FYLLING:
g) Útbúið múskat-innrennt sætabrauðskrem. Þú getur bætt möluðum múskati við klassíska sætabrauðsuppskrift eða notað tilbúið sætabrauðskrem með múskatbragði.
h) Fylltu éclairs með múskat-innrennsli sætabrauð rjóma með því að nota rörpoka eða litla skeið.

GLJÁR:
i) Bræðið hvíta súkkulaðið og smjörið í hitaþolinni skál yfir tvöföldum katli.
j) Takið af hitanum, bætið flórsykri út í og hrærið smám saman í heitu vatni þar til það er slétt.

k) Dýfðu toppnum á hverjum éclair í hvíta súkkulaðigljáann, tryggðu jafna þekju. Leyfðu umfram að leka af.
l) Setjið gljáðu éclairs á bakka og látið þá kólna þar til hvíta súkkulaðið er stíft.
m) Berið fram kælt og njóttu fíngerðrar hlýju og ilms af Nutmeg Infusion Éclairs!

65. Chai Latte Éclairs

HRÁEFNI:
FYRIR CHOUX SÆTABRAUÐIÐ:
- 1 bolli vatn
- 1/2 bolli ósaltað smjör
- 1 bolli alhliða hveiti
- 4 stór egg

FYRIR FYLLINGU:
- 2 bollar sætabrauðskrem með chai latte

FYRIR GLÍAN:
- 1/2 bolli dökkt súkkulaði, saxað
- 1/4 bolli ósaltað smjör
- 1 bolli flórsykur
- 1/4 bolli heitt vatn

LEIÐBEININGAR:
CHOUX SÆTABRAUÐ:
a) Forhitaðu ofninn þinn í 375°F (190°C) og klæddu bökunarplötu með bökunarpappír.
b) Blandið vatni og smjöri saman í pott. Hitið yfir meðalhita þar til smjörið bráðnar og blandan kemur að suðu.
c) Takið af hitanum, bætið hveitinu út í og hrærið kröftuglega þar til blandan myndar kúlu.
d) Látið deigið kólna í nokkrar mínútur, bætið svo eggjunum út í einu í einu og þeytið vel eftir hverja viðbót.
e) Flyttu deigið í pípupoka og settu éclairs á tilbúna bökunarplötu.
f) Bakið í um 30 mínútur eða þar til gullinbrúnt. Látið kólna.

FYLLING:
g) Útbúið sætabrauðskrem með chai latte. Hellið möluðu chai kryddi (kanil, kardimommum, engifer, negull) í klassíska sætabrauðsrjómauppskrift eða notaðu tilbúið sætabrauðskrem með chai latte bragðbætt.
h) Fylltu éclairs með chai latte-innrennsli sætabrauðskreminu með pípupoka eða lítilli skeið.

GLJÁR:
i) Bræðið dökkt súkkulaðið og smjörið í hitaþolinni skál yfir tvöföldum katli.

j) Takið af hitanum, bætið flórsykri út í og hrærið smám saman í heitu vatni þar til það er slétt.
k) Dýfðu toppnum á hverjum éclair í dökka súkkulaðigljáann, tryggðu jafna þekju. Leyfðu umfram að leka af.
l) Setjið gljáðum éclairs á bakka og látið kólna þar til súkkulaðið er stíft.
m) Berið fram kælt og njótið ríkulegs og kryddaðs bragðs af Chai Latte Éclairs!

66.Kryddaður appelsínuberki Éclairs

HRÁEFNI:
FYRIR CHOUX SÆTABRAUÐIÐ:
- 1 bolli vatn
- 1/2 bolli ósaltað smjör
- 1 bolli alhliða hveiti
- 4 stór egg

FYRIR FYLLINGU:
- 2 bollar kryddað sætabrauðskrem með appelsínuberki

FYRIR GLÍAN:
- 1/2 bolli hvítt súkkulaði, saxað
- 1/4 bolli ósaltað smjör
- 1 bolli flórsykur
- 1/4 bolli heitt vatn

LEIÐBEININGAR:
CHOUX SÆTABRAUÐ:
a) Forhitaðu ofninn þinn í 375°F (190°C) og klæddu bökunarplötu með bökunarpappír.
b) Blandið vatni og smjöri saman í pott. Hitið yfir meðalhita þar til smjörið bráðnar og blandan kemur að suðu.
c) Takið af hitanum, bætið hveitinu út í og hrærið kröftuglega þar til blandan myndar kúlu.
d) Látið deigið kólna í nokkrar mínútur, bætið svo eggjunum út í einu í einu og þeytið vel eftir hverja viðbót.
e) Flyttu deigið í pípupoka og settu éclairs á tilbúna bökunarplötu.
f) Bakið í um 30 mínútur eða þar til gullinbrúnt. Látið kólna.

FYLLING:
g) Útbúið kryddað sætabrauðskrem með appelsínuberki. Bætið möluðu kryddi (kanil, negul, múskat) og fínt rifnum appelsínuberki í klassíska sætabrauðsrjómauppskrift eða notaðu tilbúið sætabrauðskrem með appelsínubörkbragði.
h) Fylltu éclairs með krydduðu appelsínuberki með sætabrauðskremi með pípupoka eða lítilli skeið.

GLJÁR:
i) Bræðið hvíta súkkulaðið og smjörið í hitaþolinni skál yfir tvöföldum katli.

j) Takið af hitanum, bætið flórsykri út í og hrærið smám saman í heitu vatni þar til það er slétt.
k) Dýfðu toppnum á hverjum éclair í hvíta súkkulaðigljáann, tryggðu jafna þekju. Leyfðu umfram að leka af.
l) Setjið gljáðu éclairs á bakka og látið þá kólna þar til hvíta súkkulaðið er stíft.
m) Berið fram kælt og njóttu yndislegrar samsetningar af krydduðu bragði og sítrus í krydduðum appelsínuberki Éclairs!

NAMMI ECLAIRS

67. Hnetusmjörsbolli Eclair

HRÁEFNI:
CHOUX BÆKUR
- 1 bolli vatn
- 1 bolli hveiti
- 0,5 bolli smjör í teningum
- 0,25 tsk salt
- 4 stór egg

SÚKKULAÐI KREM KONTAKFERÐ
- 1,5 bollar mjólk
- 1 bolli þungur rjómi
- 1 tsk vanilla
- 2 msk kakóduft
- 3 eggjarauður
- 1 fullt egg
- 0,5 bolli sykur
- 2,5 msk maíssterkja
- 0,25 tsk salt
- 5 oz fínsaxað súkkulaði eða hálfsætt súkkulaði
- 3 msk mjúkt/stofuhita smjör

HNETUSMJÖR GANACHE
- 1/3 bolli þungur rjómi
- 2 msk smjör
- 0,5 bolli hnetusmjör (slétt eða þykkt)
- 0,5 pund smátt saxað súkkulaði

TIL SKREYTINGAR
- Reese's Pieces Óinnpakkaðir smábollar eða smámyndir
- Þurrristaðar, saltaðar jarðhnetur

LEIÐBEININGAR:
CHOUX SÆTABRAUÐ:
a) Forhitið ofninn í 400°F. Klæðið bökunarplötur með bökunarpappír og úðið með nonstick eldunarúða.
b) Blandið salti út í hveiti og setjið til hliðar.
c) Blandið vatni og smjöri í teninga saman í pott, látið suðuna koma upp og bætið síðan við hveiti/salti. Hrærið þar til deig myndast.

d) Haltu áfram að hræra á hita þar til deigið myndar kúlu og dregur sig frá pönnunni.
e) Látið deigið kólna aðeins, bætið svo eggjunum út í einu í einu og blandið vel saman.
f) Flyttu deigið í pípupoka og settu 3-4 tommu lengdir á bökunarplötur.
g) Bakið í 10 mínútur við 400°F, lækkið síðan hitann í 375°F og bakið í 20 mínútur í viðbót. Ekki opna ofninn meðan á bakstri stendur.

SÚKKULAÐI KREMBAKAKALAÐI:

h) Blandið mjólk, rjóma og vanillu saman í pott. Þeytið saman sykur, egg, eggjarauður, maíssterkju, kakóduft og salt í sérstakri skál.
i) Hellið helmingnum af gufusuðu mjólkinni í eggjablönduna og þeytið stöðugt. Bætið restinni smám saman út í og hellið svo aftur í pottinn.
j) Hitið yfir meðalhita og þeytið stöðugt þar til rjóminn bólar. Bætið söxuðu súkkulaði út í og þeytið þar til bráðið.
k) Takið af hitanum, bætið smjöri út í, þeytið þar til það hefur blandast saman. Hyljið með matarfilmu, snertið yfirborðið og kælið.

SAMSETNING ECLAIRS MEÐ BÆKISKREM:

l) Settu lagnapoka með þunnum, sléttum odd. Fylltu með sætabrauðskremi.
m) Stingdu tvö göt á neðri hlið hvers eclair. Fylltu með sætabrauðskremi frá báðum endum.

Hnetusmjör GANACHE:

n) Saxið súkkulaði í litla spæna. Hitið rjóma í potti.
o) Hellið heitum rjóma yfir súkkulaði. Látið það bráðna í um það bil 45 sekúndur, hrærið síðan þar til það er slétt.
p) Blandið hnetusmjöri og smjöri saman við þar til það er slétt. Kældu niður í stofuhita.

SKRETTIR:

q) Frost eclairs með hnetusmjörsganache með spaða.
r) Þeytið afganginn af ganache í hrærivél og pípu ofan á eclairs.
s) Toppið með litlum hnetusmjörsbollum og saltuðum hnetum.

68.Saltkaramellu Eclairs

HRÁEFNI:
PATE CHOUX
- 1 bolli hveiti
- 1 bolli vatn
- 8 matskeiðar ósaltað smjör
- ½ tsk salt
- 4 egg

BÆKISKREM
- 2 ¼ bollar nýmjólk
- ¼ bolli maíssterkju
- ¼ bolli sykur
- 4 eggjarauður
- 1 vanillustöng skipt í tvennt og fræ fjarlægð
- Klípa salt

SALTAÐ KARAMELLUSÓSA
- 1 bolli sykur
- ¼ bolli ósaltað smjör 4 msk, skorið í bita
- 1 tsk vanilluþykkni
- ½ bolli þungur rjómi
- ½ tsk flöktandi sjávarsalt + meira, til skrauts

LEIÐBEININGAR:
GERÐU BAKAÐARKREMIÐ
a) Bætið mjólk, maíssterkju, sykri, eggjarauðum, klípu af salti og klofinni vanillustönginni í meðalstóran pott og hitið upp á meðalhita.
b) Þeytið blönduna saman þar til hún er slétt og þykk og rjómablandan hjúpar bakið á skeið.
c) Þegar hún hefur þyknað skaltu fjarlægja blönduna af hitanum og sía í gegnum fínt möskva sigti í aðra skál. Þetta mun hjálpa til við að fjarlægja kekki eða egg sem kunna að hafa hrært.
d) Setjið plastfilmu beint yfir kremið, passið að það snerti svo engin „húð" myndist og kælið sætabrauðskremið í kæli þar til það er alveg kólnað, að minnsta kosti 4 klukkustundir. (Athugið* Því lengur sem það situr, því þykkari kremið verður og auðveldara er að pípa í sætabrauð).

GERÐU PÂTE À CHOUX (BAKARDEIG)
e) Forhitaðu ofninn í 425 gráður á Fahrenheit og klæddu 2 bökunarplötur með bökunarpappír eða silpat.
f) Á meðan, í meðalstórum potti, bræðið smjörið, vatnið og saltið saman við miðlungs lágan hita.
g) Bætið hveitinu út í og hrærið með skeið þar til allt hefur blandast saman og myndað deig. Haltu áfram að elda deigið í 2 mínútur, passaðu að það sé ekkert hrátt hveiti eftir.
h) Bætið eggjunum út í, 1 í einu og haltu áfram að hræra með skeið þar til allt hefur blandast vel saman. Það kann að virðast blautt í fyrstu, en deigið mun koma saman og dragast frá hliðum pottsins.
i) Takið deigið af hellunni og setjið í sprautupoka eða endurlokanlegan plastpoka. Fylltu pokann 3,4 af leiðinni fullan og klipptu heilan í eitt hornið.
j) Pípuðu stokka af sætabrauðskremi á bökunarplötuna, um 4-5 tommur að lengd, þú getur sett um 10-12 á hverja ofnplötu.
k) Bakið pâte à choux við 425 gráður Fahrenheit í 10 mínútur, minnkið síðan hitann í 250 gráður á Fahrenheit og haltu áfram að baka í 20 mínútur í viðbót eða þar til allur pâte à choux er gullinbrúnn. Þegar það er tilbúið skaltu taka úr ofninum og leyfa að kólna alveg.

BÚÐU TIL SALTUKARAMELLUSÓSU

l) Bætið sykrinum í lítinn pott og eldið við vægan hita þar til sykurinn er orðinn klumpaður.

m) Notaðu tréskeið til að brjóta sykurinn upp ef þarf og haltu áfram að elda þar til sykurinn bráðnar og er alveg sléttur og verður ljósbrúnn.

n) Bætið smjöri, vanillu og þungum rjóma út í og hrærið saman. Bætið klípu af flögu sjávarsalti út í og smakkið til.

o) Slökkvið á hitanum og haltu áfram að blanda karamellusósunni þar til hún þykknar og er hægt að hella henni. Sett til hliðar.

SAMNAÐU ECLAIRS

p) Notaðu matarpinna eða teini og stingdu göt á hvorri hlið deigskeljunnar og búðu til göng inni í deiginu.

q) Rjótið kælda sætabrauðskremið inn í sætabrauðsdeigið, en fyllið ekki of mikið.

r) Dýfðu annarri hliðinni af eclair í karamellusósuna, eða þú getur notað skeið til að hella karamellusósunni yfir.

s) Skreytið eclairinn með auka sjávarsalti eða ætilegu strái.

69. S'mores Éclairs

HRÁEFNI:

- 1 bolli nýmjólk
- 1 bolli vatn
- 1 bolli ósaltað smjör, skorið í bita
- 1 tsk sykur
- ½ tsk salt
- 1 bolli alhliða hveiti
- 7 stór egg, við stofuhita
- ¾ bolli graham cracker mola
- 4 bollar þeyttur rjómi
- 1 bolli súkkulaði ganache

LEIÐBEININGAR:

a) Forhitið ofninn of 400°F. Útbúið 2 stórar bökunarplötur með smjörpappír. Setja til hliðar.

b) Hitið mjólk, vatn, smjör, sykur og salt í meðalstóran pott með þykkbotna botni. Þegar blandan er komin að rúllandi suðu bætið þá öllu hveitinu út í í einu, lækkið hitann í miðlungs og hrærið hratt í blöndunni með tréskeið. Eftir 1 mínútu skaltu minnka hitann í lágan og hræra í 3 mínútur í viðbót. Deigið verður slétt og glansandi.

c) Flyttu deigið yfir í skálina á hrærivélarvél sem er með spaðafestingunni. Þeytið deigið í 5 mínútur til að kólna.

d) Bætið eggjunum út í einu í einu, þeytið í 1 mínútu eftir hvert egg eins og það hefur verið bætt við. Deigið mun skilja sig, en það mun sameinast aftur eftir nokkurn tíma.

e) Setjið deigið í sprautupoka með 1" opi. Settu deigið í 3-4" lengd á bökunarplötur með bökunarpappír. Notaðu rakan fingur til að snerta röndótta deigkanta, ef þörf krefur.

f) Bakið éclairs í 20 mínútur, eða þar til þær eru blásnar og gullinbrúnar. Snúðu pönnum hálfa bökunartímann.

g) Til að búa til fyllinguna, blandið graham cracker molunum saman við þeytta rjómann.

h) Þegar éclairs hafa kólnað skaltu fylla með þeyttum rjóma með því að nota langa, mjóa pípuodda.

70. Peppermint Eclairs

HRÁEFNI:
FYRIR PATE A CHOUX:
- 1/2 bolli ósaltað smjör
- 1 bolli vatn
- 1/4 tsk salt
- 1 bolli alhliða hveiti
- 4 stór egg

FYRIR piparmyntufyllingu:
- 1/2 bolli ósaltað smjör, mildað
- 4 oz rjómaostur, mildaður
- 1/2 bolli sykruð þétt mjólk
- 1 1/2 bollar þungur rjómi, kældur
- 1 bolli sælgætissykur (valfrjálst)
- 1 tsk vanilla
- 1/4 tsk piparmyntuolía

TIL skreytinga:
- 1 1/2 bollar hvítt súkkulaði bráðnar
- 1/2 bolli muldar nammistangir
- Rauður matarlitur (valfrjálst)

LEIÐBEININGAR:
FYRIR PATE A CHOUX:
a) Forhitið ofninn í 425F/218C og klæddu bökunarplötu með bökunarpappír.
b) Bræðið smjör í potti, bætið vatni og salti út í, látið sjóða.
c) Bætið við hveiti, þeytið þar til deigkúla myndast. Leyfðu því að kólna í 20 mínútur.
d) Bætið eggjum smám saman út í, einu í einu, hrærið vel eftir hverja viðbót.
e) Flyttu deigið í sætabrauðspoka og settu 4 til 6 tommu eclairs á bökunarplötuna.
f) Bakið við 425F/218C í 10 mínútur, lækkið síðan hitann í 375F/190C og bakið í 40-45 mínútur þar til þær eru gullnar. Ekki opna ofnhurðina.

TIL FYLLINGAR:
g) Þeytið mjúkt smjör og rjómaost þar til slétt.

h) Bætið sykruðu niðursoðnu mjólkinni saman við, blandið þar til rjómakennt.
i) Bætið við kældum þungum rjóma, vanillu og piparmyntuolíu. Blandið þar til stífir toppar myndast.

SAMSETNING ECLAIRS:
j) Kældu eclairs alveg og búðu til göt til að fylla.
k) Setjið fyllinguna yfir í sætabrauðspoka með áfyllingarodda og fyllið eclairs þar til rjómi kemur út úr endunum.
l) Til að skreyta, dýfðu eclairs í bráðið hvítt súkkulaði og stráðu síðan muldum sælgætisstökkum yfir.
m) Valfrjálst skaltu geyma 1 bolla af þeyttum rjóma, bæta við rauðum matarlit og pípa yfir venjulegar eclairs. Skreytið með muldum sælgætisstöngum.
n) Geymið í kæli ef það er ekki neytt innan nokkurra klukkustunda. Njóttu þess best innan 2-3 daga.

71. Toffee Crunch Éclairs

HRÁEFNI:
FYRIR CHOUX SÆTABRAUÐIÐ:
- 1 bolli vatn
- 1/2 bolli ósaltað smjör
- 1 bolli alhliða hveiti
- 4 stór egg

FYRIR FYLLINGU:
- 2 bollar sætabrauðsrjómi með karamellubragði

FYRIR KAFMIMARS ÁLAGIÐ:
- 1 bolli karamellubitar eða mulið karamínkonfekt
- 1/2 bolli saxaðar hnetur (td möndlur eða pekanhnetur)

FYRIR GLÍAN:
- 1/2 bolli dökkt súkkulaði, saxað
- 1/4 bolli ósaltað smjör
- 1 bolli flórsykur
- 1/4 bolli heitt vatn

LEIÐBEININGAR:
CHOUX SÆTABRAUÐ:
a) Forhitaðu ofninn þinn í 375°F (190°C) og klæddu bökunarplötu með bökunarpappír.
b) Blandið vatni og smjöri saman í pott. Hitið yfir meðalhita þar til smjörið bráðnar og blandan kemur að suðu.
c) Takið af hitanum, bætið hveitinu út í og hrærið kröftuglega þar til blandan myndar kúlu.
d) Látið deigið kólna í nokkrar mínútur, bætið svo eggjunum út í einu í einu og þeytið vel eftir hverja viðbót.
e) Flyttu deigið í pípupoka og settu éclairs á tilbúna bökunarplötu.
f) Bakið í um 30 mínútur eða þar til gullinbrúnt. Látið kólna.

FYLLING:
g) Útbúið sætabrauðskrem með karamellubragði. Þú getur bætt karamelluþykkni eða muldum karamellubitum við klassíska sætabrauðsuppskrift eða notað tilbúið sætabrauðskrem með karamellubragði.
h) Fylltu éclairs með karamellu-bragðbættu sætabrauðskreminu með því að nota pípupoka eða litla skeið.

TOFFEE CRUNCH TOPPING:
i) Blandið saman karamellubitum og söxuðum hnetum í skál.
j) Stráið karamellu-mars-álegginu ríkulega yfir fylltu éclairs og tryggið jafna þekju.

GLJÁR:
k) Bræðið dökkt súkkulaðið og smjörið í hitaþolinni skál yfir tvöföldum katli.
l) Takið af hitanum, bætið flórsykri út í og hrærið smám saman í heitu vatni þar til það er slétt.
m) Dýfðu toppnum á hverjum éclair í dökka súkkulaðigljáann, tryggðu jafna þekju. Leyfðu umfram að leka af.
n) Setjið gljáðum éclairs á bakka og látið kólna þar til súkkulaðið er stíft.
o) Berið fram kælt og njótið hins sæta og stökka góða Toffee Crunch Éclairs!

72. Cotton Candy Éclairs

HRÁEFNI:
FYRIR CHOUX SÆTABRAUÐIÐ:
- 1 bolli vatn
- 1/2 bolli ósaltað smjör
- 1 bolli alhliða hveiti
- 4 stór egg

FYRIR FYLLINGU:
- 2 bollar sætabrauðskrem með sælgætisbragði

FYRIR Bómullarkonfektskreytinguna:
- Bómullarkonfekt til áleggs

FYRIR GLÍAN:
- 1/2 bolli hvítt súkkulaði, saxað
- 1/4 bolli ósaltað smjör
- 1 bolli flórsykur
- 1/4 bolli heitt vatn

LEIÐBEININGAR:
CHOUX SÆTABRAUÐ:
a) Forhitaðu ofninn þinn í 375°F (190°C) og klæddu bökunarplötu með bökunarpappír.
b) Blandið vatni og smjöri saman í pott. Hitið yfir meðalhita þar til smjörið bráðnar og blandan kemur að suðu.
c) Takið af hitanum, bætið hveitinu út í og hrærið kröftuglega þar til blandan myndar kúlu.
d) Látið deigið kólna í nokkrar mínútur, bætið svo eggjunum út í einu í einu og þeytið vel eftir hverja viðbót.
e) Flyttu deigið í pípupoka og settu éclairs á tilbúna bökunarplötu.
f) Bakið í um 30 mínútur eða þar til gullinbrúnt. Látið kólna.

FYLLING:
g) Útbúið sætabrauðskrem með sælgætisbragðbætt. Þú getur bætt nammibómullarbragðefni eða mulið nammi við klassíska sætabrauðsuppskrift eða notað tilbúið sætabrauðskrem með sælgætisbragði.
h) Fylltu éclairs með nammi bragðbætt sætabrauð rjóma með því að nota pípupoka eða litla skeið.

Bómullarnammi Skreyting:

i) Rétt áður en borið er fram skaltu toppa hverja éclair með dúfu af nammi fyrir duttlungafullan blæ.

GLJÁR:

j) Bræðið hvíta súkkulaðið og smjörið í hitaþolinni skál yfir tvöföldum katli.

k) Takið af hitanum, bætið flórsykri út í og hrærið smám saman í heitu vatni þar til það er slétt.

l) Dýfðu toppnum á hverjum éclair í hvíta súkkulaðigljáann, tryggðu jafna þekju. Leyfðu umfram að leka af.

m) Setjið gljáðu éclairs á bakka og látið þá kólna þar til hvíta súkkulaðið er stíft.

n) Berið fram kældan og upplifðu ljúfa nostalgíu Cotton Candy Éclairs!

73. Rocky Road Éclairs

HRÁEFNI:
FYRIR CHOUX SÆTABRAUÐIÐ:
- 1 bolli vatn
- 1/2 bolli ósaltað smjör
- 1 bolli alhliða hveiti
- 4 stór egg

FYRIR FYLLINGU:
- 2 bollar súkkulaðimús eða sætabrauðskrem með súkkulaðibragði

FYRIR ROCKY ROAD TOPPING:
- 1 bolli lítill marshmallows
- 1/2 bolli saxaðar hnetur (td möndlur eða valhnetur)
- 1/2 bolli súkkulaðibitar eða bitar

FYRIR SÚKKULAÐIGLJÁANN:
- 1/2 bolli dökkt súkkulaði, saxað
- 1/4 bolli ósaltað smjör
- 1 bolli flórsykur
- 1/4 bolli heitt vatn

LEIÐBEININGAR:
CHOUX SÆTABRAUÐ:
a) Forhitaðu ofninn þinn í 375°F (190°C) og klæddu bökunarplötu með bökunarpappír.
b) Blandið vatni og smjöri saman í pott. Hitið yfir meðalhita þar til smjörið bráðnar og blandan kemur að suðu.
c) Takið af hitanum, bætið hveitinu út í og hrærið kröftuglega þar til blandan myndar kúlu.
d) Látið deigið kólna í nokkrar mínútur, bætið svo eggjunum út í einu í einu og þeytið vel eftir hverja viðbót.
e) Flyttu deigið í pípupoka og settu éclairs á tilbúna bökunarplötu.
f) Bakið í um 30 mínútur eða þar til gullinbrúnt. Látið kólna.

FYLLING:
g) Útbúið súkkulaðimús eða sætabrauðskrem með súkkulaðibragði. Þú getur notað tilbúna útgáfu eða búið til þína eigin eftir því sem þú vilt.
h) Fylltu éclairs með súkkulaðimúsinni eða súkkulaðibragðbættu sætabrauðskreminu með því að nota pípupoka eða litla skeið.

ROCKY ROAD TOPPING:
i) Blandið saman litlum marshmallows, söxuðum hnetum og súkkulaðibitum í skál.
j) Stráið grýttu götuálegginu rausnarlega yfir fylltu éclairs og tryggið jafna þekju.

SÚKKULAÐI GLÁR:
k) Bræðið dökkt súkkulaðið og smjörið í hitaþolinni skál yfir tvöföldum katli.
l) Takið af hitanum, bætið flórsykri út í og hrærið smám saman í heitu vatni þar til það er slétt.
m) Dýfðu toppnum á hverjum éclair í súkkulaðigljáann, tryggðu jafna þekju. Leyfðu umfram að leka af.
n) Setjið gljáðum éclairs á bakka og látið kólna þar til súkkulaðið er stíft.
o) Berið fram kælt og njóttu yndislegrar samsetningar áferðar og bragða í Rocky Road Éclairs!

74. Bubblegum Éclairs

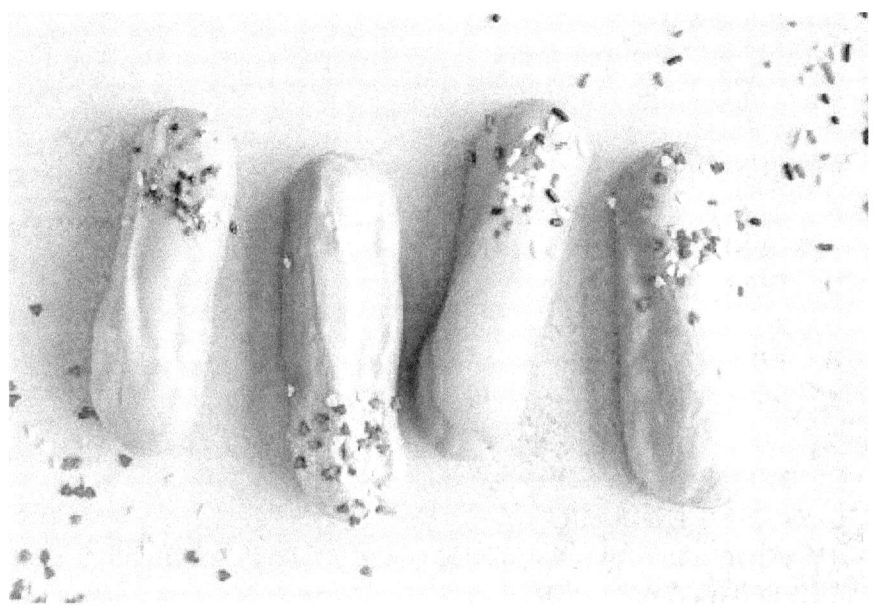

HRÁEFNI:
FYRIR CHOUX SÆTABRAUÐIÐ:
- 1 bolli vatn
- 1/2 bolli ósaltað smjör
- 1 bolli alhliða hveiti
- 4 stór egg

FYRIR FYLLINGU:
- 2 bollar sætabrauðskrem með tyggjóbragði

FYRIR BUBBLEGUM GLÍAN :
- 1 bolli flórsykur
- 2-3 matskeiðar mjólk
- 1-2 tsk kúlaþykkni eða bragðefni (stilla eftir smekk)
- Bleikur eða blár matarlitur (valfrjálst)

LEIÐBEININGAR:
CHOUX SÆTABRAUÐ:
a) Forhitaðu ofninn þinn í 375°F (190°C) og klæddu bökunarplötu með bökunarpappír.
b) Blandið vatni og smjöri saman í pott. Hitið yfir meðalhita þar til smjörið bráðnar og blandan kemur að suðu.
c) Takið af hitanum, bætið hveitinu út í og hrærið kröftuglega þar til blandan myndar kúlu.
d) Látið deigið kólna í nokkrar mínútur, bætið svo eggjunum út í einu í einu og þeytið vel eftir hverja viðbót.
e) Flyttu deigið í pípupoka og settu éclairs á tilbúna bökunarplötu.
f) Bakið í um 30 mínútur eða þar til gullinbrúnt. Látið kólna.

FYLLING:
g) Útbúið sætabrauðskrem með tyggjóbragði. Bættu tyggjóþykkni eða bragðefni við klassíska sætabrauðsrjómauppskrift eða notaðu tilbúið sætabrauðskrem með tyggjóbragði.
h) Fylltu éclairs með kúlabragðbætt sætabrauðskreminu með því að nota pípupoka eða litla skeið.

BUBBLEGUM GLÁR:
i) Blandið saman flórsykri, mjólk og kúluþykkni í skál. Blandið þar til slétt.
j) Ef þess er óskað, bætið við nokkrum dropum af bleikum eða bláum matarlit til að ná fram kúlulit.

k) Dýfðu toppnum á hverri éclair í tyggjógljáann, tryggðu jafna þekju. Leyfðu umfram að leka af.
l) Setjið gljáðu éclairs á bakka og látið þá kólna þar til gljáinn hefur stífnað.
m) Berið fram kældan og upplifðu skemmtilega og einstaka bragðið af Bubblegum Éclairs!

75. Sour Patch Citrus Éclairs

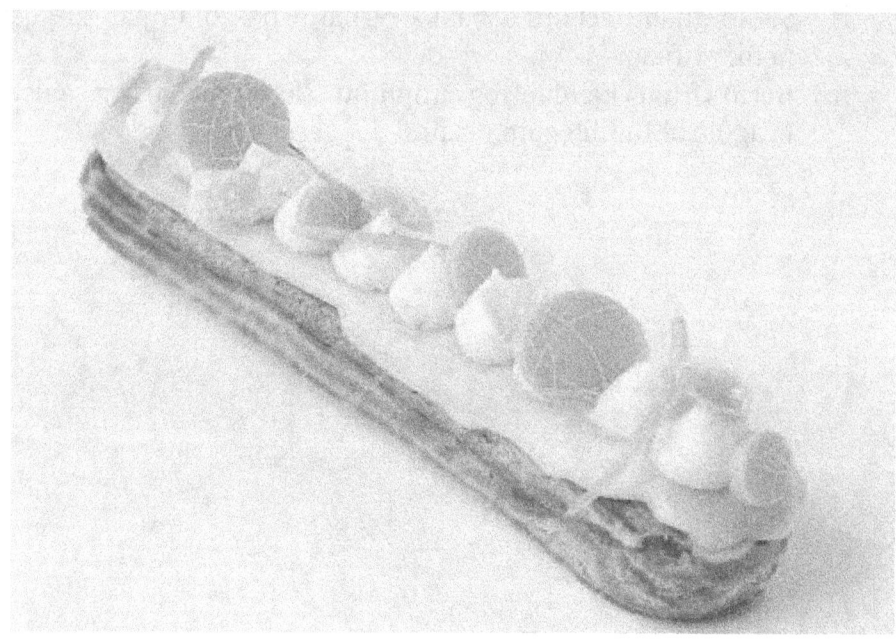

HRÁEFNI:
FYRIR CHOUX SÆTABRAUÐIÐ:
- 1 bolli vatn
- 1/2 bolli ósaltað smjör
- 1 bolli alhliða hveiti
- 4 stór egg

FYRIR SITRUS FYLLINGuna:
- 2 bollar sætabrauðskrem með sítrus
- (Samanaðu sítrónu, lime og appelsínubörk í klassískri sætabrauðsuppskrift eða notaðu tilbúið sætabrauðskrem með sítrusbragði.)

FYRIR SOUR PATCH CITRUS GLJERAN:
- 1 bolli flórsykur
- 2-3 matskeiðar sítrussafi (sítrónu, lime eða appelsína)
- 1-2 tsk sítrónusýra eða vínsýra (stilla eftir smekk fyrir súrleika)
- Börkur af einum sítrusávexti (til skrauts)

LEIÐBEININGAR:
CHOUX SÆTABRAUÐ:
a) Forhitaðu ofninn þinn í 375°F (190°C) og klæddu bökunarplötu með bökunarpappír.
b) Blandið vatni og smjöri saman í pott. Hitið yfir meðalhita þar til smjörið bráðnar og blandan kemur að suðu.
c) Takið af hitanum, bætið hveitinu út í og hrærið kröftuglega þar til blandan myndar kúlu.
d) Látið deigið kólna í nokkrar mínútur, bætið svo eggjunum út í einu í einu og þeytið vel eftir hverja viðbót.
e) Flyttu deigið í pípupoka og settu éclairs á tilbúna bökunarplötu.
f) Bakið í um 30 mínútur eða þar til gullinbrúnt. Látið kólna.

SITRUS FYLLING:
g) Útbúið sætabrauðskrem með sítrus. Sameina sítrónu-, lime- og appelsínubörk í klassískri sætabrauðsuppskrift eða notaðu tilbúið sætabrauðskrem með sítrusbragði.
h) Fylltu éclairs með sítrus-innrennsli sætabrauð rjóma með því að nota rörpoka eða litla skeið.

SOUR PATCH CITRUS GLASUR:

i) Blandið saman flórsykri, sítrussafa og sítrónusýru í skál. Blandið þar til slétt. Stilltu sítrónusýruna til að ná tilætluðum súrleika.
j) Dýfðu toppnum á hverri éclair ofan í súrsítrusgljáann, tryggðu jafna þekju. Leyfðu umfram að leka af.
k) Stráið berki af sítrusávexti yfir gljáðum éclairs til skrauts.
l) Setjið gljáðu éclairs á bakka og látið þá kólna þar til gljáinn hefur stífnað.
m) Berið fram kælt og njóttu bragðmikils og kraftmikils bragðs af Sour Patch Citrus Éclairs!

76. Lakkríselskendur Éclairs

HRÁEFNI:
FYRIR CHOUX SÆTABRAUÐIÐ:
- 1 bolli vatn
- 1/2 bolli ósaltað smjör
- 1 bolli alhliða hveiti
- 4 stór egg

FYRIR FYLLINGU:
- 2 bollar sætabrauðskrem með lakkrísbragði

FYRIR LAKKRISGLÍAN:
- 1 bolli flórsykur
- 2-3 matskeiðar lakkríssíróp eða útdráttur
- Svartur matarlitur (valfrjálst, fyrir lit)
- Vatn (eftir þörf fyrir samkvæmni)

LEIÐBEININGAR:
CHOUX SÆTABRAUÐ:
a) Forhitaðu ofninn þinn í 375°F (190°C) og klæddu bökunarplötu með bökunarpappír.
b) Blandið vatni og smjöri saman í pott. Hitið yfir meðalhita þar til smjörið bráðnar og blandan kemur að suðu.
c) Takið af hitanum, bætið hveitinu út í og hrærið kröftuglega þar til blandan myndar kúlu.
d) Látið deigið kólna í nokkrar mínútur, bætið svo eggjunum út í einu í einu og þeytið vel eftir hverja viðbót.
e) Flyttu deigið í pípupoka og settu éclairs á tilbúna bökunarplötu.
f) Bakið í um 30 mínútur eða þar til gullinbrúnt. Látið kólna.

FYLLING:
g) Útbúið sætabrauðskrem með lakkrísbragði. Bætið lakkríssírópi eða þykkni við klassíska sætabrauðsuppskrift eða notaðu tilbúið sætabrauðskrem með lakkrísbragði.
h) Fylltu éclairs með sætabrauðskreminu með lakkrísbragði með því að nota sprautupoka eða litla skeið.

LAKRISGLÁR:
i) Blandið saman flórsykri og lakkríssírópi eða þykkni í skál. Bætið vatni smám saman við þar til þú nærð viðeigandi gljáasamkvæmni.

j) Ef þess er óskað skaltu bæta við svörtum matarlit til að ná djúpum lakkríslit.
k) Dýfðu efsta hluta hvers éclair í lakkrísgljáann, tryggðu jafna þekju. Leyfðu umfram að leka af.
l) Setjið gljáðu éclairs á bakka og látið þá kólna þar til gljáinn hefur stífnað.
m) Berið fram kældan og upplifðu djarfa og einstaka bragðið af Lakkríselskendum Éclairs!

ECLAIRS með kaffibragði

77. Cappuccino Eclairs

HRÁEFNI:
- 1 lota af heimagerðum eða verslunarkeyptum eclair sætabrauðsskeljum
- 1 bolli þungur rjómi
- 2 matskeiðar skyndikaffikorn
- ¼ bolli flórsykur
- ½ tsk vanilluþykkni
- ¼ bolli kakóduft (til að rykhreinsa)

LEIÐBEININGAR:
a) Útbúið eclair sætabrauðsskeljarnar samkvæmt uppskriftinni eða pakkanum og látið þær kólna.
b) Leysið skyndikaffikornin upp í nokkrum matskeiðum af heitu vatni í lítilli skál. Leyfið því að kólna.
c) Þeytið þungan rjóma, flórsykur og vanilluþykkni í sérstakri skál þar til stífir toppar myndast.
d) Blandið kaffiblöndunni varlega saman við þeytta rjómann.
e) Skerið hverja eclair-skel í tvennt lárétt og fyllið þær með þeyttum rjóma með kaffibragði.
f) Rykið ofan á eclairs með kakódufti.
g) Berið fram og njótið heimagerða cappuccino eclairs!

78. Tiramisu Eclairs

HRÁEFNI:
ECLAIR DEIGT:
- 3 stór egg, við stofuhita
- 1/2 bolli vatn
- 4 1/2 matskeiðar ósaltað smjör, skorið í 1/2 tommu teninga
- 3 matskeiðar kornsykur
- 3/4 bolli sigtað alhliða hveiti
- 1 matskeið skyndikaffi
- 1 1/2 tsk malaður kanill

MASCARPONE FYLLING:
- 8 aura mascarpone ostur
- 1/2 bolli þungur rjómi
- 6 matskeiðar kornsykur
- 2 matskeiðar ljós romm

GLJÁR:
- 1/2 bolli konfektsykur
- 5 tsk þungur rjómi

LEIÐBEININGAR:
ECLAIR DEIGT:
a) Forhitið ofninn í 425 gráður F. Klæðið tvær bökunarplötur með bökunarpappír.
b) Hrærið eggin í mæliglasi úr gleri þar til þau blandast saman. Geymið 2 matskeiðar af þeyttum eggjum í litlum bolla.
c) Blandið saman vatni, smjöri og sykri í meðalþungum potti. Hitið við meðalhita þar til smjörið hefur bráðnað.
d) Hækkið hitann í meðalháan og látið suðuna koma upp. Takið af hitanum.
e) Hrærið hveiti, instant kaffi og kanil saman við með vírþeytara. Þeytið kröftuglega í 20 til 30 sekúndur þar til blandan er slétt og dregur sig frá hliðinni á pönnunni.
f) Setjið pönnuna aftur á hita, hrærið stöðugt í með tréskeið. Eldið í 30 til 60 sekúndur þar til deigið myndar mjög slétta kúlu. Flyttu deigið yfir í stóra skál.
g) Hellið fráteknum 1/2 bolla af þeyttum eggjum yfir deigið og þeytið kröftuglega með tréskeið í 45 til 60 sekúndur þar til blandan myndar slétt, mjúkt deig. Deigið á að halda lögun sinni

þegar því er ausið upp með skeið en vera nógu mjúkt til að hægt sé að renna af skeiðinni þegar það er hallað.

h) Fylltu sætabrauðspoka með 5/16 tommu látlausum þjórfé með eclair deiginu. Pípaðu 5 tommu ræmur um það bil 1/2 tommu breiðar á tilbúnu bökunarplöturnar og skildu eftir um 1 1/2 tommu á milli eclairs.

i) Pensliò létt ofan á eclairs með afganginum af þeyttu egginu.

j) Bakaðu eclairs í 10 mínútur, lækkaðu síðan ofnhitann í 375 gráður F. Haltu áfram að baka í 20 til 25 mínútur þar til þau eru stökk. Færðu eclairs yfir á vír grind og kældu alveg.

MASCARPONE FYLLING:

k) Í stórri skál, þeytið saman mascarpone ostinn, þungan rjóma, sykur þar til það er slétt.

l) Hrærið rommi saman við.

GLJÁR:

m) Í lítilli skál, blandaðu sykri í sælgæti með þungum rjóma. Hrærið þar til slétt.

SAMLAÐU SAMAN OG GLJÁÐU ECLAIRS:

n) Skerið eclairs í tvennt og fjarlægið allt rakt deig.

o) Fylltu hvern eclair með um það bil þremur matskeiðum af mascarpone fyllingu.

p) Skiptu um efsta hluta hvers eclair.

q) Dreifið gljáanum ofan á hvern eclair.

r) Stráið sigtað kakóduft yfir og skreytið með þeyttum rjóma ef vill.

79. Mokka Eclairs

HRÁEFNI:
CHOUX SÆTABRAUÐ:
- 1 Choux sætabrauð

KAFFI CREME PATISSIERE:
- 2 tsk vanilluþykkni
- 500 ml mjólk
- 120 g sykur
- 50 g venjulegt hveiti
- 120 g eggjarauður (ca 6 egg)
- 60 ml Espresso
- 10 g skyndikaffi

SÚKKULAÐI CRAQUELIN:
- 80 g venjulegt hveiti
- 10 g kakóduft
- 90 g rjómasykur
- 75 g ósaltað smjör (í teningum)

SÚKKULAÐI KLÚR:
- 500 g Fondant flórsykur
- 50 g dökkt súkkulaði (brætt)
- Vatn

AÐ SKREYTA:
- Kaffibaunir
- Kakó Nibs

LEIÐBEININGAR:
CHOUX SÆTABRAUÐ:
a) Forhitið ofninn þinn í 200°C (180°C blástur) og klæðið bökunarplötu með bökunarpappír.
b) Undirbúið choux sætabrauðið eftir uppáhalds uppskriftinni þinni eða notaðu búðarbrauðið ef þú vilt.
c) Pípið choux-deigið í éclair-form á tilbúna bakkann. Bakið þar til það er gullbrúnt og uppblásið. Látið kólna.

KAFFI CREME PATISSIERE:
d) Blandið saman mjólk, sykri, vanilluþykkni, venjulegu hveiti og skyndikaffi í pott. Þeytið þar til slétt.
e) Hitið blönduna yfir meðalhita, hrærið stöðugt í, þar til hún þykknar.

f) Þeytið eggjarauður í sérstakri skál. Bætið sleif af heitu mjólkurblöndunni smám saman út í eggjarauðurnar og þeytið stöðugt.
g) Hellið eggjarauðublöndunni aftur í pottinn og haltu áfram að elda þar til kremið er orðið þykkt.
h) Takið af hitanum og hrærið espressó út í. Látið kólna.

SÚKKULAÐI CRAQUELIN:
i) Blandið saman venjulegu hveiti, kakódufti, flórsykri og ósaltuðu smjöri í teningum í skál þar til það myndar deig.
j) Fletjið deigið út á milli tveggja blaða af smjörpappír í þá þykkt sem þú vilt.
k) Kældu deigið í kæli þar til það er stíft. Þegar það hefur verið stíft, skerið út umferðir til að setja ofan á éclairs.

SÚKKULAÐI KLÚR:
l) Bræðið dökkt súkkulaði og látið kólna aðeins.
m) Blandið saman fondant flórsykri og bræddu súkkulaði í skál. Bætið vatni smám saman við þar til þú nærð sléttri, hellanlegri samkvæmni.

SAMSETNING:
n) Skerið kældu éclairs í tvennt lárétt.
o) Fylltu pípupoka af kaffikreminu og píddu það á neðri hluta hvers éclair.
p) Setjið súkkulaði craquelin ofan á creme patissiere.
q) Dýfðu toppnum á hverri éclair ofan í súkkulaðikremið og láttu umfram leka af.
r) Leyfið súkkulaðikreminu að stífna.
s) Skreytið með kaffibaunum og kakóbitum.

80. Espresso Bean Crunch Éclairs

HRÁEFNI:
FYRIR CHOUX SÆTABRAUÐIÐ:
- 1 bolli vatn
- 1/2 bolli ósaltað smjör
- 1 bolli alhliða hveiti
- 4 stór egg

FYRIR FYLLINGU:
- 2 bollar sætabrauðsrjómi með kaffibragði

FYRIR ESPRESSO BAUNAMARSTOPPINGINN:
- 1/2 bolli súkkulaðihúðaðar espressóbaunir, smátt saxaðar

FYRIR KAFFIGLÍAN:
- 1/2 bolli dökkt súkkulaði, saxað
- 1/4 bolli ósaltað smjör
- 1 bolli flórsykur
- 1-2 matskeiðar bruggað sterkt kaffi eða espresso

LEIÐBEININGAR:
CHOUX SÆTABRAUÐ:
a) Forhitaðu ofninn þinn í 375°F (190°C) og klæddu bökunarplötu með bökunarpappír.
b) Blandið vatni og smjöri saman í pott. Hitið yfir meðalhita þar til smjörið bráðnar og blandan kemur að suðu.
c) Takið af hitanum, bætið hveitinu út í og hrærið kröftuglega þar til blandan myndar kúlu.
d) Látið deigið kólna í nokkrar mínútur, bætið svo eggjunum út í einu í einu og þeytið vel eftir hverja viðbót.
e) Flyttu deigið í pípupoka og settu éclairs á tilbúna bökunarplötu.
f) Bakið í um 30 mínútur eða þar til gullinbrúnt. Látið kólna.

FYLLING:
g) Útbúið sætabrauðskrem með kaffibragði. Bættu kaffi eða espressó við klassíska sætabrauðsuppskrift eða notaðu tilbúið sætabrauðskrem með kaffibragði.
h) Fylltu éclairsna með kaffibragða sætabrauðskreminu með því að nota pípupoka eða litla skeið.
i) Espressó baunamars álegg:
j) Saxið súkkulaðihúðuðu espressóbaunirnar smátt.

k) Stráið söxuðum espressóbaunum ríkulega yfir fylltu éclairs, tryggðu jafna þekju.

KAFFIGLÁR:

l) Bræðið dökkt súkkulaðið og smjörið í hitaþolinni skál yfir tvöföldum katli.
m) Takið af hitanum, bætið flórsykri út í og hrærið smám saman í heitu sterku kaffi eða espressó þar til það er slétt.
n) Dýfðu toppnum á hverjum éclair ofan í kaffigljáann og tryggðu jafna þekju. Leyfðu umfram að leka af.
o) Setjið gljáðum éclairs á bakka og látið kólna þar til súkkulaðið er stíft.
p) Berið fram kælt og njóttu yndislegrar samsetningar af kaffibragði og stökku espressóbaunaáleggi í Espresso Bean Crunch Éclairs!

81. Irish Coffee Éclairs

HRÁEFNI:
FYRIR CHOUX SÆTABRAUÐIÐ:
- 1 bolli vatn
- 1/2 bolli ósaltað smjör
- 1 bolli alhliða hveiti
- 4 stór egg

FYRIR FYLLINGU:
- 2 bollar sætabrauðskrem með írskt kaffi
- (Samanaðu saman kaffi, írskan rjóma og snert af viskíi í klassískri sætabrauðsrjómauppskrift eða notaðu tilbúið sætabrauðskrem með írskt kaffi.)

FYRIR ÍRSKA KAFFEGLÁRINN:
- 1/2 bolli hvítt súkkulaði, saxað
- 1/4 bolli ósaltað smjör
- 1 bolli flórsykur
- 1-2 matskeiðar Irish cream

LEIÐBEININGAR:
CHOUX SÆTABRAUÐ:
a) Forhitaðu ofninn þinn í 375°F (190°C) og klæddu bökunarplötu með bökunarpappír.
b) Blandið vatni og smjöri saman í pott. Hitið yfir meðalhita þar til smjörið bráðnar og blandan kemur að suðu.
c) Takið af hitanum, bætið hveitinu út í og hrærið kröftuglega þar til blandan myndar kúlu.
d) Látið deigið kólna í nokkrar mínútur, bætið svo eggjunum út í einu í einu og þeytið vel eftir hverja viðbót.
e) Flyttu deigið í pípupoka og settu éclairs á tilbúna bökunarplötu.
f) Bakið í um 30 mínútur eða þar til gullinbrúnt. Látið kólna.

FYLLING:
g) Útbúið sætabrauðskrem með írsku kaffibragði. Sameina kaffi, írskan rjóma og snert af viskí í klassískri sætabrauðsrjómauppskrift eða notaðu tilbúið sætabrauðskrem með írskt kaffi.
h) Fylltu éclairs með írska kaffi-bragðbættu sætabrauðskreminu með því að nota pípupoka eða litla skeið.

ÍRSK KAFFEGLÁR:

i) Bræðið súkkulaðið og smjörið í hitaþolinni skál yfir tvöföldum katli.
j) Takið af hitanum, bætið flórsykri út í og hrærið smám saman í Irish cream þar til það er slétt.
k) Dýfðu toppnum á hverjum éclair ofan í Irish coffee gljáann, tryggðu jafna þekju. Leyfðu umfram að leka af.
l) Setjið gljáðum éclairs á bakka og látið kólna þar til súkkulaðið er stíft.
m) Berið fram kælt og njóttu ríkulegs og eftirlátssams bragðs af Irish Coffee Éclairs!

82. Vanilla Latte Éclairs

HRÁEFNI:
FYRIR CHOUX SÆTABRAUÐIÐ:
- 1 bolli vatn
- 1/2 bolli ósaltað smjör
- 1 bolli alhliða hveiti
- 4 stór egg

FYRIR FYLLINGU:
- 2 bollar sætabrauðsrjómi með vanillu latte
- (Samsettu vanilluþykkni og sterkt bruggað kaffi eða espressó í klassískri sætabrauðsuppskrift eða notaðu tilbúið sætabrauðskrem með vanillu latte bragðbætt.)

FYRIR KAFFIGLÍAN:
- 1/2 bolli dökkt súkkulaði, saxað
- 1/4 bolli ósaltað smjör
- 1 bolli flórsykur
- 1-2 matskeiðar bruggað sterkt kaffi eða espresso

LEIÐBEININGAR:
CHOUX SÆTABRAUÐ:
a) Forhitaðu ofninn þinn í 375°F (190°C) og klæddu bökunarplötu með bökunarpappír.
b) Blandið vatni og smjöri saman í pott. Hitið yfir meðalhita þar til smjörið bráðnar og blandan kemur að suðu.
c) Takið af hitanum, bætið hveitinu út í og hrærið kröftuglega þar til blandan myndar kúlu.
d) Látið deigið kólna í nokkrar mínútur, bætið svo eggjunum út í einu í einu og þeytið vel eftir hverja viðbót.
e) Flyttu deigið í pípupoka og settu éclairs á tilbúna bökunarplötu.
f) Bakið í um 30 mínútur eða þar til gullinbrúnt. Látið kólna.

FYLLING:
g) Útbúið sætabrauðsrjóma með vanillu latte. Sameina vanilluþykkni og sterkt bruggað kaffi eða espressó í klassískri sætabrauðsrjómauppskrift eða notaðu tilbúið sætabrauðskrem með vanillu latte bragðbætt.
h) Fylltu éclairs með vanillu latte bragðbætt sætabrauðskreminu með því að nota pípupoka eða litla skeið.

KAFFIGLÁR:

i) Bræðið dökkt súkkulaðið og smjörið í hitaþolinni skál yfir tvöföldum katli.
j) Takið af hitanum, bætið flórsykri út í og hrærið smám saman í heitu sterku kaffi eða espressó þar til það er slétt.
k) Dýfðu toppnum á hverjum éclair ofan í kaffigljáann og tryggðu jafna þekju. Leyfðu umfram að leka af.
l) Setjið gljáðum éclairs á bakka og látið kólna þar til súkkulaðið er stíft.
m) Berið fram kælt og njóttu samræmdrar blöndu af vanillu- og kaffibragði í Vanilla Latte Éclairs!

83.Karamellu Macchiato Éclairs

HRÁEFNI:
FYRIR CHOUX SÆTABRAUÐIÐ:
- 1 bolli vatn
- 1/2 bolli ósaltað smjör
- 1 bolli alhliða hveiti
- 4 stór egg

FYRIR FYLLINGU:
- 2 bollar karamellu macchiato bragðbætt sætabrauðskrem
- (Samanaðu karamellusósu og sterkt bruggað kaffi eða espressó í klassískri sætabrauðsuppskrift eða notaðu tilbúið karamellu macchiato-bragðbætt sætabrauðskrem.)

FYRIR KARAMELLUGLÍAN:
- 1/2 bolli karamellusósa
- 1/4 bolli ósaltað smjör
- 1 bolli flórsykur
- 1-2 matskeiðar bruggað sterkt kaffi eða espresso

LEIÐBEININGAR:
CHOUX SÆTABRAUÐ:
a) Forhitaðu ofninn þinn í 375°F (190°C) og klæddu bökunarplötu með bökunarpappír.
b) Blandið vatni og smjöri saman í pott. Hitið yfir meðalhita þar til smjörið bráðnar og blandan kemur að suðu.
c) Takið af hitanum, bætið hveitinu út í og hrærið kröftuglega þar til blandan myndar kúlu.
d) Látið deigið kólna í nokkrar mínútur, bætið svo eggjunum út í einu í einu og þeytið vel eftir hverja viðbót.
e) Flyttu deigið í pípupoka og settu éclairs á tilbúna bökunarplötu.
f) Bakið í um 30 mínútur eða þar til gullinbrúnt. Látið kólna.

FYLLING:
g) Útbúið karamellu macchiato-bragðbætt sætabrauðskrem. Sameina karamellusósu og sterkt bruggað kaffi eða espressó í klassískri sætabrauðsuppskrift eða notaðu tilbúið karamellu macchiato bragðbætt sætabrauðskrem.
h) Fylltu éclairs með karamellu macchiato-bragðbættu sætabrauðskreminu með því að nota pípupoka eða litla skeið.

KARAMELGLJÁR:

i) Blandið saman karamellusósu og smjöri í pott. Hitið yfir meðalhita þar til blandan er slétt.
j) Takið af hitanum, bætið flórsykri út í og hrærið smám saman í heitu sterku kaffi eða espressó þar til það er slétt.
k) Dýfðu toppnum á hverjum éclair í karamellugljáann, tryggðu jafna þekju. Leyfðu umfram að leka af.
l) Setjið gljáðum éclairs á bakka og látið kólna þar til karamellan er stíf.

84. Heslihnetukaffi Éclairs

HRÁEFNI:
FYRIR CHOUX SÆTABRAUÐIÐ:
- 1 bolli vatn
- 1/2 bolli ósaltað smjör
- 1 bolli alhliða hveiti
- 4 stór egg

FYRIR FYLLINGU:
- 2 bollar sætabrauðskrem með heslihnetukaffi
- (Samanaðu heslihnetuþykkni og sterkt bruggað kaffi eða espressó í klassískri sætabrauðsuppskrift eða notaðu tilbúið sætabrauðskrem með heslihnetukaffi.)

FYRIR HESSELNUTEKAFFIGLÍAN:
- 1/2 bolli dökkt súkkulaði, saxað
- 1/4 bolli ósaltað smjör
- 1 bolli flórsykur
- 1-2 matskeiðar bruggað sterkt heslihnetukaffi eða espresso

LEIÐBEININGAR:
CHOUX SÆTABRAUÐ:
a) Forhitaðu ofninn þinn í 375°F (190°C) og klæddu bökunarplötu með bökunarpappír.
b) Blandið vatni og smjöri saman í pott. Hitið yfir meðalhita þar til smjörið bráðnar og blandan kemur að suðu.
c) Takið af hitanum, bætið hveitinu út í og hrærið kröftuglega þar til blandan myndar kúlu.
d) Látið deigið kólna í nokkrar mínútur, bætið svo eggjunum út í einu í einu og þeytið vel eftir hverja viðbót.
e) Flyttu deigið í pípupoka og settu éclairs á tilbúna bökunarplötu.
f) Bakið í um 30 mínútur eða þar til gullinbrúnt. Látið kólna.

FYLLING:
g) Útbúið sætabrauðskrem með heslihnetukaffi. Sameina heslihnetuþykkni og sterkt bruggað heslihnetukaffi eða espresso í klassískri sætabrauðsrjómauppskrift eða notaðu tilbúið sætabrauðskrem með heslihnetukaffi.
h) Fylltu éclairs með heslihnetukaffi-bragðbættu sætabrauðskreminu með því að nota pípupoka eða litla skeið.

HESSELNUT KAFFIGLÁR:
i) Bræðið dökkt súkkulaðið og smjörið í hitaþolinni skál yfir tvöföldum katli.
j) Takið af hitanum, bætið flórsykri út í og hrærið smám saman í brugguðu sterku heslihnetukaffi eða espressó þar til það er slétt.
k) Dýfðu toppnum á hverri éclair ofan í heslihnetukaffigljáann, tryggðu jafna þekju. Leyfðu umfram að leka af.
l) Setjið gljáðum éclairs á bakka og látið kólna þar til súkkulaðið er stíft.
m) Berið fram kælt og njóttu ríkulegrar samsetningar heslihnetu- og kaffibragða í Hazelnut Coffee Éclairs!

OSTLEGT ECLAIRS

85.Bláberjaostakaka Éclair

HRÁEFNI:
FYRIR CHOUX SÆTABRAUÐIÐ:
- 1 bolli vatn
- 1/2 bolli ósaltað smjör
- 1 bolli alhliða hveiti
- 4 stór egg

FYRIR ostakökufyllinguna:
- 2 bollar rjómaostur, mildaður
- 1 bolli flórsykur
- 1 tsk vanilluþykkni
- 1 bolli bláberjakompott (heimabakað eða keypt í búð)

FYRIR Bláberjagljáann:
- 1 bolli fersk bláber
- 1/4 bolli kornsykur
- 1 matskeið sítrónusafi

LEIÐBEININGAR:
CHOUX SÆTABRAUÐ:
a) Forhitaðu ofninn þinn í 375°F (190°C) og klæddu bökunarplötu með bökunarpappír.
b) Blandið vatni og smjöri saman í pott. Hitið yfir meðalhita þar til smjörið bráðnar og blandan kemur að suðu.
c) Takið af hitanum, bætið hveitinu út í og hrærið kröftuglega þar til blandan myndar kúlu.
d) Látið deigið kólna í nokkrar mínútur, bætið svo eggjunum út í einu í einu og þeytið vel eftir hverja viðbót.
e) Flyttu deigið yfir í pípupoka og settu éclair form á tilbúna bökunarplötu.
f) Bakið í um 30 mínútur eða þar til gullinbrúnt. Látið kólna.

OSTAKÖKUFYLLING:
g) Þeytið mjúka rjómaostinn í blöndunarskál þar til hann er sléttur.
h) Bætið flórsykri og vanilluþykkni út í og haltu áfram að þeyta þar til það hefur blandast vel saman.
i) Fylltu pípupoka af ostakökufyllingunni.
j) Þegar éclairs hafa kólnað skaltu skera lítinn skurð á aðra hliðina á hverjum éclair og ostakökufyllingin renna inn í miðjuna.

k) Setjið bláberjakompót yfir ostakökufyllinguna.

Bláberja glerungur:

l) Blandið saman ferskum bláberjum, kornsykri og sítrónusafa í pott.
m) Eldið við meðalhita þar til bláberin springa og blandan þykknar í gljáa.
n) Sigtið gljáann til að fjarlægja fræ og hýði.
o) Leyfið bláberjagljánum að kólna aðeins.
p) Hellið bláberjagljánum yfir fylltu éclairs.
q) Settu gljáðu éclairs inn í kæli til að leyfa gljáa að harðna.
r) Berið fram kælt og njóttu dýrindis samsetningar bláberja og ostaköku í Blueberry Cheesecake Éclair!

86.Gouda gljáðum Eclairs

HRÁEFNI:
- 1 bolli vatn
- 1/2 bolli ósaltað smjör
- 1 bolli alhliða hveiti
- 4 stór egg
- 1/2 tsk salt
- 1 bolli rifinn Gouda ostur

FYRIR FYLLINGU:
- 2 bollar rjómaostur
- 1/2 bolli flórsykur
- 1 tsk vanilluþykkni

FYRIR GLÍAN:
- 1 bolli Gouda ostur, rifinn
- 1/2 bolli þungur rjómi
- 1 bolli flórsykur
- 1 tsk vanilluþykkni

LEIÐBEININGAR:
ECLAIR sætabrauð:
a) Forhitaðu ofninn þinn í 400°F (200°C). Klæðið bökunarplötu með bökunarpappír.
b) Blandið saman vatni, smjöri og salti í meðalstórum potti. Látið suðuna koma upp við meðalhita.
c) Bætið hveitinu í einu út í og hrærið kröftuglega þar til blandan myndar kúlu. Takið af hitanum og látið kólna í nokkrar mínútur.
d) Þeytið eggin út í, eitt í einu, þar til deigið er slétt.
e) Hrærið rifna Gouda ostinum saman við þar til hann hefur blandast vel saman.
f) Flyttu deigið yfir í sætabrauðspoka með stórum hringlaga enda. Settu 4 tommu ræmur á tilbúna bökunarplötuna.
g) Bakið í 15-20 mínútur eða þar til þær eru gullinbrúnar og blásnar. Leyfðu eclairunum að kólna alveg.

FYLLING:
h) Í hrærivélarskál, þeytið saman rjómaost, flórsykur og vanilluþykkni þar til það er slétt.
i) Þegar eclairarnir hafa kólnað skaltu skera þá í tvennt lárétt og rjómaostafyllinguna með skeið eða skeið í neðstu helmingana.

GLJÁR:
j) Í litlum potti skaltu sameina Gouda ostinn, þungan rjóma, flórsykur og vanilluþykkni við lágan hita.
k) Hrærið þar til osturinn er bráðinn og gljáinn er sléttur. Takið af hitanum.
l) Dreypið gljáanum yfir fylltu eclairana.
m) Berið fram og njótið!
n) Gouda gljáðum Eclairs eru tilbúnir til að njóta sín. Berið þær fram kaldar og njótið yndislegrar samsetningar af rjómafyllingu og ostabragði.

87. Raspberry Swirl Cheesecake Eclairs

HRÁEFNI:
FYRIR CHOUX SÆTABRAUÐIÐ:
- 1 bolli vatn
- 1/2 bolli ósaltað smjör
- 1 bolli alhliða hveiti
- 4 stór egg
- 1/2 tsk salt

FYRIR ostakökufyllinguna:
- 2 bollar rjómaostur, mildaður
- 1/2 bolli kornsykur
- 1 tsk vanilluþykkni

FYRIR HINDBERJA SVIRLIN:
- 1 bolli fersk eða frosin hindber
- 1/4 bolli kornsykur
- 1 matskeið vatn

FYRIR GLÍAN:
- 1 bolli flórsykur
- 2 matskeiðar mjólk
- 1/2 tsk vanilluþykkni

LEIÐBEININGAR:
CHOUX SÆTABRAUÐ:
a) Forhitaðu ofninn þinn í 400°F (200°C). Klæðið bökunarplötu með bökunarpappír.
b) Í meðalstórum potti, láttu vatn og smjör sjóða við meðalhita.
c) Bætið hveiti og salti saman við og hrærið stöðugt þar til blandan myndar kúlu.
d) Takið af hitanum og látið kólna í nokkrar mínútur.
e) Þeytið eggin út í einu í einu þar til deigið er slétt.
f) Flyttu deigið yfir í sætabrauðspoka með stórum hringlaga enda. Settu 4 tommu ræmur á tilbúna bökunarplötuna.
g) Bakið í 15-20 mínútur eða þar til þær eru gullinbrúnar og blásnar. Leyfðu eclairunum að kólna alveg.

OSTAKÖKUFYLLING:
h) Í blöndunarskál, þeytið saman rjómaost, sykur og vanilluþykkni þar til það er slétt.

i) Þegar eclairs hafa kólnað, skerðu þá í tvennt lárétt og pípu eða skeið ostakökufyllingunni í neðstu helmingana.

HINDBERJA SVIRL:

j) Blandið saman hindberjum, sykri og vatni í litlum potti. Eldið við meðalhita þar til hindberin brotna niður og blandan þykknar.

k) Sigtið hindberjablönduna til að fjarlægja fræ og skil eftir slétt hindberjasósa.

SAMSETNING:

l) Hellið hindberjasósunni yfir ostakökufyllinguna í hverjum eclair.

m) Settu efstu helminga eclairs aftur á.

GLJÁR:

n) Í lítilli skál, þeytið saman flórsykur, mjólk og vanilluþykkni þar til það er slétt.

o) Dreypið gljáanum yfir samansettar eclairs.

p) Kældu og berðu fram:

q) Kælið Raspberry Swirl Cheesecake Eclairs í að minnsta kosti klukkutíma áður en hún er borin fram. Njóttu yndislegrar samsetningar af rjómalöguðu ostaköku, súrri hindberjahringi og léttu choux sætabrauðinu!

88.Súkkulaði marmara ostakaka Eclairs

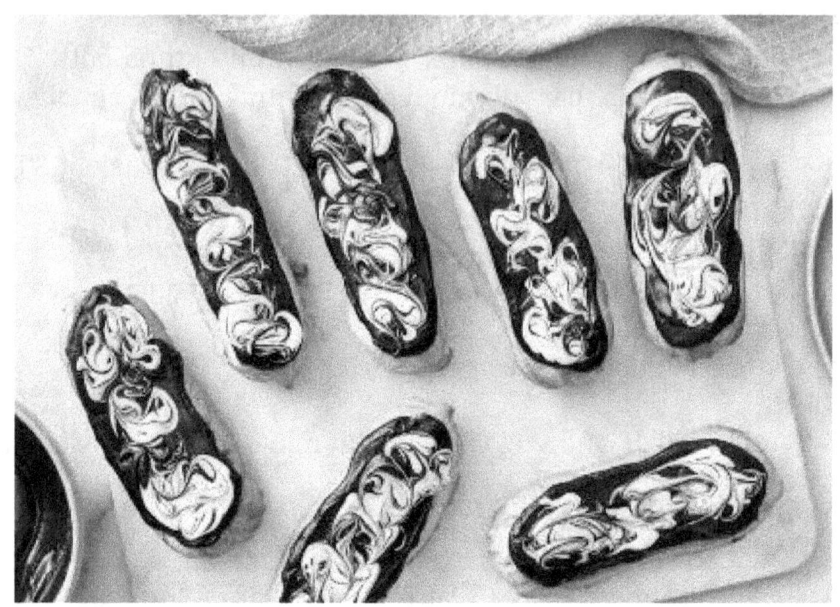

HRÁEFNI:
FYRIR CHOUX SÆTABRAUÐIÐ:
- 1 bolli vatn
- 1/2 bolli ósaltað smjör
- 1 bolli alhliða hveiti
- 4 stór egg
- 1/2 tsk salt

FYRIR ostakökufyllinguna:
- 2 bollar rjómaostur, mildaður
- 1/2 bolli kornsykur
- 1 tsk vanilluþykkni

FYRIR SÚKKULAÐI MARMA SVIRLIN:
- 1/2 bolli hálfsætar súkkulaðiflögur
- 2 matskeiðar ósaltað smjör

FYRIR SÚKKULAÐIGLJÁANN:
- 1/2 bolli hálfsætar súkkulaðiflögur
- 1/4 bolli þungur rjómi
- 2 matskeiðar flórsykur

LEIÐBEININGAR:
CHOUX SÆTABRAUÐ:
a) Forhitaðu ofninn þinn í 400°F (200°C). Klæðið bökunarplötu með bökunarpappír.
b) Í meðalstórum potti, láttu vatn og smjör sjóða við meðalhita.
c) Bætið hveiti og salti saman við og hrærið stöðugt þar til blandan myndar kúlu.
d) Takið af hitanum og látið kólna í nokkrar mínútur.
e) Þeytið eggin út í einu í einu þar til deigið er slétt.
f) Flyttu deigið yfir í sætabrauðspoka með stórum hringlaga enda. Settu 4 tommu ræmur á tilbúna bökunarplötuna.
g) Bakið í 15-20 mínútur eða þar til þær eru gullinbrúnar og blásnar. Leyfðu eclairunum að kólna alveg.

OSTAKÖKUFYLLING:
h) Í blöndunarskál, þeytið saman rjómaost, sykur og vanilluþykkni þar til það er slétt.
i) Þegar eclairs hafa kólnað, skerðu þá í tvennt lárétt og pípu eða skeið ostakökufyllingunni í neðstu helmingana.

SÚKKULAÐI MARMA SVIRL:
j) Bræðið súkkulaðibita og smjör í hitaþolinni skál yfir sjóðandi vatni eða í örbylgjuofni.
k) Dreypið bræddu súkkulaðiblöndunni yfir ostakökufyllinguna í hverjum eclair. Notaðu tannstöngul til að búa til marmara hringmynstur.

SÚKKULAÐI GLÁR:
l) Hitið súkkulaðibita, þungan rjóma og flórsykur í litlum potti við lágan hita, hrærið þar til það er slétt.
m) Dreypið súkkulaðigljáanum yfir samansettar eclairs.
n) Kældu og berðu fram:
o) Kælið súkkulaði marmara ostakökuna Eclairs í að minnsta kosti klukkutíma áður en hún er borin fram. Njóttu ljúffengrar samsetningar af rjómalagaðri ostaköku, súkkulaðimarmara og léttu choux sætabrauðinu!

89. Saltkaramellu ostakaka Eclair

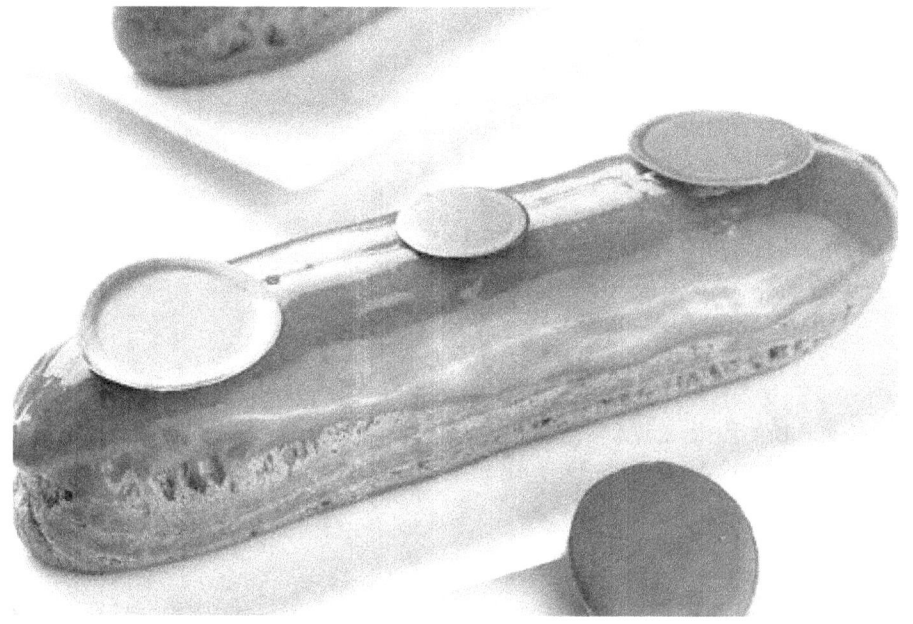

HRÁEFNI:
FYRIR CHOUX SÆTABRAUÐIÐ:
- 1 bolli vatn
- 1/2 bolli ósaltað smjör
- 1 bolli alhliða hveiti
- 4 stór egg
- 1/2 tsk salt

FYRIR ostakökufyllinguna:
- 2 bollar rjómaostur, mildaður
- 1/2 bolli kornsykur
- 1 tsk vanilluþykkni

FYRIR SALTUKARAMELLU SÓSTU:
- 1 bolli kornsykur
- 1/4 bolli vatn
- 1/2 bolli ósaltað smjör
- 1/2 bolli þungur rjómi
- 1 tsk sjávarsalt

LEIÐBEININGAR:
CHOUX SÆTABRAUÐ:
a) Forhitaðu ofninn þinn í 400°F (200°C). Klæðið bökunarplötu með bökunarpappír.
b) Í meðalstórum potti, láttu vatn og smjör sjóða við meðalhita.
c) Bætið hveiti og salti saman við og hrærið stöðugt þar til blandan myndar kúlu.
d) Takið af hitanum og látið kólna í nokkrar mínútur.
e) Þeytið eggin út í einu í einu þar til deigið er slétt.
f) Flyttu deigið yfir í sætabrauðspoka með stórum hringlaga enda. Settu 4 tommu ræmur á tilbúna bökunarplötuna.
g) Bakið í 15-20 mínútur eða þar til þær eru gullinbrúnar og blásnar. Leyfðu eclairunum að kólna alveg.

OSTAKÖKUFYLLING:
h) Í blöndunarskál, þeytið saman rjómaost, sykur og vanilluþykkni þar til það er slétt.
i) Þegar eclairs hafa kólnað, skerðu þá í tvennt lárétt og pípu eða skeið ostakökufyllingunni í neðstu helmingana.

SALTAÐ KARAMELLUSÓSA:

j) Í potti, blandaðu sykri og vatni saman við meðalhita. Hrærið þar til sykurinn leysist upp.
k) Leyfið blöndunni að sjóða, hrærið af og til þar til hún verður gulbrún á litinn.
l) Bætið smjörinu út í og hrærið þar til það hefur bráðnað. Hellið þungum rjómanum hægt út í á meðan hrært er stöðugt.
m) Takið af hitanum og hrærið sjávarsalti saman við. Látið karamellusósuna kólna aðeins.

SAMSETNING:
n) Dreypið saltkaramellusósunni yfir ostakökufyllinguna í hverjum eclair.
o) Settu efstu helminga eclairs aftur á.
p) Kælið saltkaramellu ostaköku Eclairs í að minnsta kosti klukkutíma áður en hún er borin fram. Njóttu himneskrar blöndu af rjómalöguðu ostaköku, ríkri saltkaramellu og léttu choux sætabrauðinu!

90. Pistasíu pralín ostakaka Eclairs

HRÁEFNI:
FYRIR CHOUX SÆTABRAUÐIÐ:
- 1 bolli vatn
- 1/2 bolli ósaltað smjör
- 1 bolli alhliða hveiti
- 4 stór egg
- 1/2 tsk salt

FYRIR ostakökufyllinguna:
- 2 bollar rjómaostur, mildaður
- 1/2 bolli kornsykur
- 1 tsk vanilluþykkni

FYRIR PISTASÍUPRALÍNAN:
- 1/2 bolli skurnar pistasíuhnetur, smátt saxaðar
- 1/2 bolli kornsykur
- 2 matskeiðar vatn

FYRIR GLÍAN:
- 1/2 bolli flórsykur
- 2 matskeiðar mjólk
- 1/4 bolli saxaðar pistasíuhnetur (til skrauts)

LEIÐBEININGAR:
CHOUX SÆTABRAUÐ:
a) Forhitaðu ofninn þinn í 400°F (200°C). Klæðið bökunarplötu með bökunarpappír.
b) Í meðalstórum potti, láttu vatn og smjör sjóða við meðalhita.
c) Bætið hveiti og salti saman við og hrærið stöðugt þar til blandan myndar kúlu.
d) Takið af hitanum og látið kólna í nokkrar mínútur.
e) Þeytið eggin út í einu í einu þar til deigið er slétt.
f) Flyttu deigið yfir í sætabrauðspoka með stórum hringlaga enda. Settu 4 tommu ræmur á tilbúna bökunarplötuna.
g) Bakið í 15-20 mínútur eða þar til þær eru gullinbrúnar og blásnar. Leyfðu eclairunum að kólna alveg.

OSTAKÖKUFYLLING:
h) Í blöndunarskál, þeytið saman rjómaost, sykur og vanilluþykkni þar til það er slétt.

i) Þegar eclairs hafa kólnað, skerðu þá í tvennt lárétt og pípu eða skeið ostakökufyllingunni í neðstu helmingana.

Pistasíupralín:

j) Í potti, blandaðu sykri og vatni saman við meðalhita. Hrærið þar til sykurinn leysist upp.
k) Leyfið blöndunni að sjóða, hrærið af og til þar til hún verður gullinbrún.
l) Hrærið smátt söxuðu pistasíuhnetunum saman við og hellið síðan pistasíupralínunni strax á bökunarpappírsklædda yfirborð til að kólna og harðna.
m) Þegar pralínið hefur verið kólnað, brotið í litla bita.

SAMSETNING:

n) Stráið pistasíupralínubitunum yfir ostakökufyllinguna í hverjum eclair.
o) Settu efstu helminga eclairs aftur á.

GLJÁR:

p) Í lítilli skál, þeytið saman flórsykur og mjólk þar til það er slétt.
q) Dreypið gljáanum yfir samansettar eclairs.

SKREYTIÐ:

r) Stráið söxuðum pistasíuhnetum ofan á fyrir auka pistasíumars.
s) Kælið pistasíu praline ostakökuna Eclairs í að minnsta kosti klukkutíma áður en hún er borin fram. Njóttu yndislegrar samsetningar af rjómalöguðu ostaköku, pistasíupralíni og léttu choux sætabrauðinu!

91.Kókosrjómaostakaka Eclairs

HRÁEFNI:
FYRIR CHOUX SÆTABRAUÐIÐ:
- 1 bolli vatn
- 1/2 bolli ósaltað smjör
- 1 bolli alhliða hveiti
- 4 stór egg
- 1/2 tsk salt

FYRIR ostakökufyllinguna:
- 2 bollar rjómaostur, mildaður
- 1/2 bolli kornsykur
- 1 tsk vanilluþykkni

FYRIR KOKOSRJÓMAFYLLINGuna:
- 1 bolli kókosrjómi
- 1/4 bolli flórsykur
- 1/2 tsk kókoshnetuþykkni

FYRIR KOKOLOPPINN:
- 1 bolli rifinn kókoshneta, ristað

LEIÐBEININGAR:
CHOUX SÆTABRAUÐ:
a) Forhitaðu ofninn þinn í 400°F (200°C). Klæðið bökunarplötu með bökunarpappír.
b) Í meðalstórum potti, láttu vatn og smjör sjóða við meðalhita.
c) Bætið hveiti og salti saman við og hrærið stöðugt þar til blandan myndar kúlu.
d) Takið af hitanum og látið kólna í nokkrar mínútur.
e) Þeytið eggin út í einu í einu þar til deigið er slétt.
f) Flyttu deigið yfir í sætabrauðspoka með stórum hringlaga enda. Settu 4 tommu ræmur á tilbúna bökunarplötuna.
g) Bakið í 15-20 mínútur eða þar til þær eru gullinbrúnar og blásnar. Leyfðu eclairunum að kólna alveg.

OSTAKÖKUFYLLING:
h) Í blöndunarskál, þeytið saman rjómaost, sykur og vanilluþykkni þar til það er slétt.
i) Þegar eclairs hafa kólnað, skerðu þá í tvennt lárétt og pípu eða skeið ostakökufyllingunni í neðstu helmingana.

KOKOSRJÓMAFYLLING:

j) Þeytið kókosrjóma, flórsykur og kókoshnetuþykkni í sérstakri skál þar til mjúkir toppar myndast.
k) Blandið kókosrjómablöndunni varlega saman við ostakökufyllinguna.

SAMSETNING:

l) Rípið eða skeiðið kókosfyllingu ostakökufyllingarinnar í neðri helminga eclairs.
m) Settu efstu helmingana af eclairs aftur á.

KÓKOSTOPPING:

n) Ristið rifna kókoshnetu á þurri pönnu við meðalhita þar til hún er gullinbrún.
o) Stráið ristaðri kókoshnetunni yfir fylltu eclairana fyrir yndislega kókoshnetu.
p) Kælið kókosrjómaostkakan Eclairs í kæli í að minnsta kosti klukkustund áður en hún er borin fram. Njóttu suðrænu bragðsins af kókoshnetu ásamt rjómalöguðu ostakökunni og léttu choux sætabrauðinu!

92.Jarðarberjaostakaka Eclairs

HRÁEFNI:
FYRIR CHOUX SÆTABRAUÐIÐ:
- 1 bolli vatn
- 1/2 bolli ósaltað smjör
- 1 bolli alhliða hveiti
- 4 stór egg
- 1/2 tsk salt

FYRIR ostakökufyllinguna:
- 2 bollar rjómaostur, mildaður
- 1/2 bolli kornsykur
- 1 tsk vanilluþykkni

FYRIR JARÐARBERJAFYLLINGuna:
- 1 bolli fersk jarðarber, afhýdd og söxuð
- 2 matskeiðar kornsykur

FYRIR JARÐARBERJAGLÍAN:
- 1 bolli fersk jarðarber, afhýdd og maukuð
- 1/4 bolli flórsykur

LEIÐBEININGAR:
CHOUX SÆTABRAUÐ:
a) Forhitaðu ofninn þinn í 400°F (200°C). Klæðið bökunarplötu með bökunarpappír.
b) Í meðalstórum potti, láttu vatn og smjör sjóða við meðalhita.
c) Bætið hveiti og salti saman við og hrærið stöðugt þar til blandan myndar kúlu.
d) Takið af hitanum og látið kólna í nokkrar mínútur.
e) Þeytið eggin út í einu í einu þar til deigið er slétt.
f) Flyttu deigið yfir í sætabrauðspoka með stórum hringlaga enda. Settu 4 tommu ræmur á tilbúna bökunarplötuna.
g) Bakið í 15-20 mínútur eða þar til þær eru gullinbrúnar og blásnar. Leyfðu eclairunum að kólna alveg.

OSTAKÖKUFYLLING:
h) Í blöndunarskál, þeytið saman rjómaost, sykur og vanilluþykkni þar til það er slétt.
i) Þegar eclairs hafa kólnað, skerðu þá í tvennt lárétt og pípu eða skeið ostakökufyllingunni í neðstu helmingana.

JARÐARBERJAFYLLING:
j) Blandið saman söxuðum jarðarberjum og kornsykri í sérstakri skál.
k) Látið þær malla í um það bil 15 mínútur.

SAMSETNING:
l) Smyrjið jarðarberjablöndunni með skeið yfir ostakökufyllinguna í hverjum eclair.
m) Settu efstu helminga eclairs aftur á.

JARÐARBERJAGLJÁR:
n) Maukið fersk jarðarber og blandið saman við flórsykur til að búa til sléttan gljáa.
o) Dreypið jarðarberjagljáanum yfir samansettar eclairs.
p) Geymið jarðaberjaostaköku Eclairs í kæli í að minnsta kosti klukkutíma áður en hún er borin fram. Njóttu ljúffengrar blöndu af rjómalöguðu ostaköku, sætum jarðarberjum og léttu choux sætabrauðinu!

93.Lemon Cheesecake Eclairs

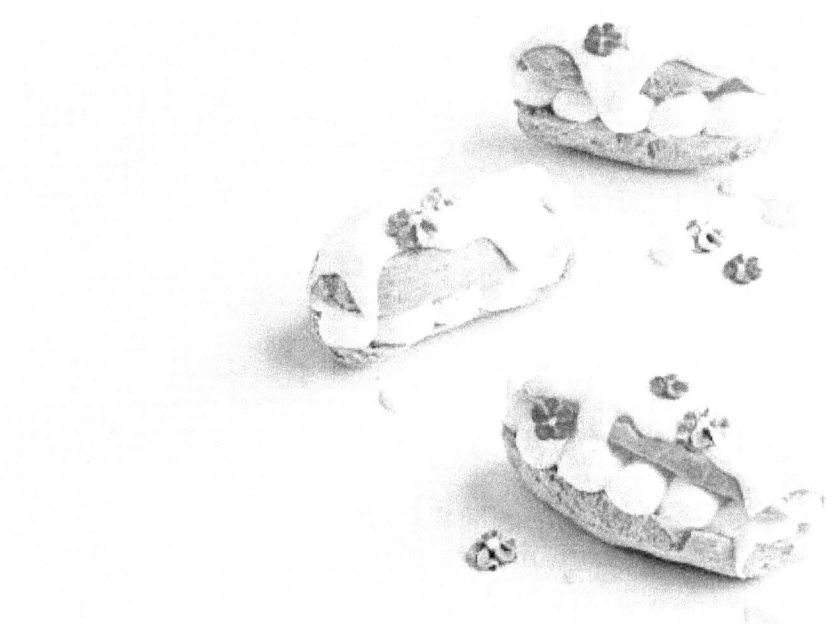

HRÁEFNI:
FYRIR CHOUX SÆTABRAUÐIÐ:
- 1 bolli vatn
- 1/2 bolli ósaltað smjör
- 1 bolli alhliða hveiti
- 4 stór egg
- 1/2 tsk salt

FYRIR Sítrónu ostakökufyllinguna:
- 2 bollar rjómaostur, mildaður
- 1/2 bolli kornsykur
- Börkur af 2 sítrónum
- 1 matskeið sítrónusafi
- 1 tsk vanilluþykkni

FYRIR Sítrónugljáann:
- 1 bolli flórsykur
- 2 matskeiðar sítrónusafi
- Börkur af 1 sítrónu

LEIÐBEININGAR:
CHOUX SÆTABRAUÐ:
a) Forhitaðu ofninn þinn í 400°F (200°C). Klæðið bökunarplötu með bökunarpappír.
b) Í meðalstórum potti, láttu vatn og smjör sjóða við meðalhita.
c) Bætið hveiti og salti saman við og hrærið stöðugt þar til blandan myndar kúlu.
d) Takið af hitanum og látið kólna í nokkrar mínútur.
e) Þeytið eggin út í einu í einu þar til deigið er slétt.
f) Flyttu deigið yfir í sætabrauðspoka með stórum hringlaga enda. Settu 4 tommu ræmur á tilbúna bökunarplötuna.
g) Bakið í 15-20 mínútur eða þar til þær eru gullinbrúnar og blásnar. Leyfðu eclairunum að kólna alveg.

Sítrónu ostakökufylling:
h) Þeytið saman rjómaost, sykur, sítrónubörkur, sítrónusafa og vanilluþykkni í blöndunarskál þar til það er slétt.
i) Þegar eclairarnir hafa kólnað skaltu skera þá í tvennt lárétt og setja sítrónuostakökufyllinguna með skeið eða skeið í neðstu helmingana.

Sítrónugler:
j) Í lítilli skál, þeytið saman flórsykur, sítrónusafa og sítrónubörkur þar til það er slétt.
k) Dreypið sítrónugljáanum yfir samansettar eclairs.
l) Kælið sítrónuostaköku Eclairs í að minnsta kosti klukkutíma áður en hún er borin fram. Njóttu hressandi samsetningar af rjómalöguðu sítrónuostaköku og léttu choux sætabrauðinu!

ECLAIR INNSPÆRÐAR UPPskriftir

94.Banana eclair smjördeigshorn

HRÁEFNI:
- 4 Frosin smjördeigshorn
- 2 ferningur hálfsætt súkkulaði
- 1 matskeið Smjör
- ¼ bolli Sigtaður konfektsykur
- 1 tsk Heitt vatn; upp í 2
- 1 bolli vanillubúðingur
- 2 miðlungs bananar; sneið

LEIÐBEININGAR:

a) Skerið frosin smjördeigshorn í tvennt eftir endilöngu; fara saman. Hitið frosin smjördeigshorn á ósmurðri ofnplötu í forhitaðri 325°F. ofn 9-11 mínútur.

b) Bræðið súkkulaði og smjör saman. Hrærið sykri og vatni saman við til að búa til smurhæfan gljáa.

c) Smyrjið ¼ bolla af búðingi á botninn á hverjum croissant. Toppið með sneiðum bananum.

d) Skiptu um croissant toppa; dreypið á súkkulaðigljáa.

e) Berið fram.

95.Cream Puffs og Éclairs hringkaka

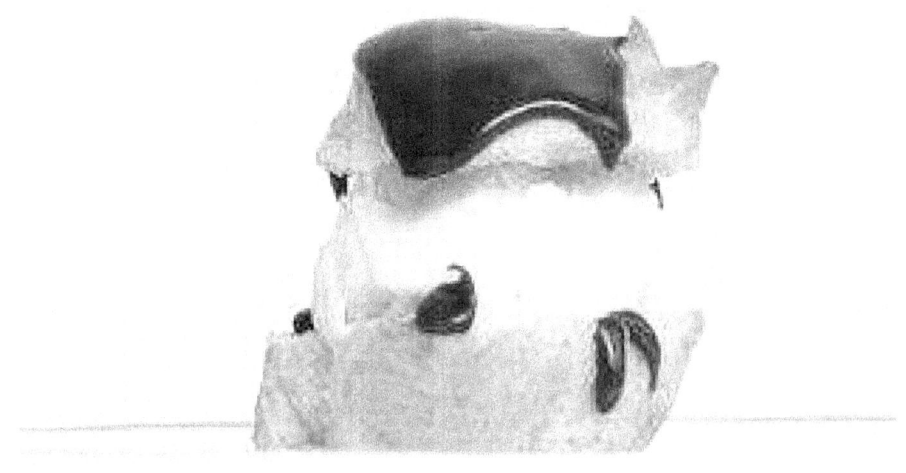

HRÁEFNI:
- 1 bolli volgt vatn
- 4 matskeiðar (½ stafur) ósaltað smjör, skorið í bita
- 1 bolli óbleikt alhliða hveiti eða glútenlaust hveiti
- 4 stór egg, við stofuhita
- Salt vanillufrosinn vanilla eða salt geitamjólkursúkkulaðifrosinn vanilla
- Súkkulaði gljáa (notaðu 4 matskeiðar nýmjólk)

LEIÐBEININGAR:

a) Forhitið ofninn í 400°F.
b) Blandið vatni og smjöri saman í meðalþungum potti og látið suðuna koma upp, hrærið til að bræða smjörið. Hellið öllu hveitinu út í og blandið þar til blandan myndar kúlu.
c) Takið af hellunni og þeytið eggin út í einu í einu með hrærivél.

FYRIR RJÓMÚS

d) Setjið sex 4 tommu einstaka hauga af deigi á ósmurða kökuplötu (fyrir smærri puffs, búðu til tólf 2 tommu hauga). Bakið þar til gullið er brúnt, um 45 mínútur. Takið úr ofninum og látið kólna.

FYRIR ÉCLAIRS

e) Settu sætabrauðspoka með ¼ tommu látlausum þjórfé, settu síðan sex til tólf 4 tommu ræmur á ósmurða kökuplötu. Bakið þar til gullið er brúnt, um 45 mínútur. Takið úr ofninum og látið kólna.

FYRIR HRINGKöku

f) Slepptu jafnvel skeiðum af deigi á ósmurða kökuplötu til að búa til 12 tommu sporöskjulaga. Bakið þar til gullið er brúnt, 45 til 50 mínútur. Takið úr ofninum og látið kólna.

AÐ SETJA SAMSETNING

g) Undirbúið gljáann. Skerið rjómabollurnar, éclairs eða hringtertu í tvennt. Fylltu með ísnum og settu toppinn eða toppana aftur á.
h) Fyrir rjómabollur, dýfðu efsta hluta hverrar pústs ofan í súkkulaðið. Fyrir éclairs, helltu ríkulega gljáanum yfir þá. Hrærið 5 matskeiðar af mjólk til viðbótar í gljáann fyrir hringkökuna; dreypið því yfir hringkökuna.
i) Til að bera fram skaltu raða kökunum eða sneiðunum af kökunni á diska.

96. Súkkulaðimöndlu Croissant Éclairs

HRÁEFNI:
FYRIR PÂTE À CHOUX:
- 1/2 bolli vatn
- 1/2 bolli nýmjólk
- 1/2 bolli ósaltað smjör, skorið í teninga
- 1/2 tsk salt
- 1 tsk sykur
- 1 bolli alhliða hveiti
- 4 stór egg, stofuhita

FYRIR súkkulaðimöndlufyllinguna:
- 1 bolli þungur rjómi
- 1 bolli hálfsætar súkkulaðiflögur
- 1/2 bolli möndlusmjör

FYRIR SÚKKULAÐIGLJÁANN:
- 1/2 bolli hálfsætar súkkulaðiflögur
- 2 matskeiðar ósaltað smjör
- 1 matskeið maíssíróp

LEIÐBEININGAR
a) Forhitið ofninn í 375°F. Klæðið bökunarplötu með bökunarpappír.
b) Blandið saman vatni, mjólk, smjöri, salti og sykri í meðalstórum potti. Hitið við meðalhita þar til smjörið hefur bráðnað og blandan er að sjóða.
c) Bætið hveitinu í einu út í og hrærið kröftuglega með tréskeið þar til blandan myndar kúlu og togar frá hliðunum á pönnunni.
d) Takið pönnuna af hellunni og látið kólna í 5 mínútur.
e) Bætið eggjunum út í einu í einu, þeytið vel eftir hverja viðbót þar til blandan er orðin slétt og gljáandi.
f) Settu sætabrauðspoka með stórum hringlaga odd og fylltu með choux deiginu.
g) Settu sætabrauðið á tilbúna bökunarplötuna og myndaðu 6 tommu langar éclairs.
h) Bakið í 25-30 mínútur, eða þar til gullinbrúnt og blásið.
i) Takið úr ofninum og látið kólna alveg.
j) Hitið þungan rjómann í meðalstórum potti þar til hann er rétt að malla.

k) Takið af hellunni og bætið súkkulaðibitunum og möndlusmjörinu út í. Hrærið þar til súkkulaðið hefur bráðnað og blandan er slétt.
l) Skerið litla rauf í botninn á hverjum éclair og pípið fyllinguna inn í miðjuna.
m) Bræðið súkkulaðibitana, smjörið og maíssírópið í litlum potti við lágan hita, hrærið stöðugt þar til það er slétt.
n) Dýfðu toppnum á hverjum éclair í súkkulaðigljáann og settu á vírgrind til að stífna.
o) Valfrjálst: Stráið sneiðum möndlum yfir.

97. Súkkulaði Éclair stangir

HRÁEFNI:
FYRIR ÉCLAIRS:
- 15 til 20 vegan Graham kex, skipt
- 3½ bollar möndlumjólk eða önnur jurtamjólk
- 2 (3,4 únsur) pakkar instant vegan vanillubúðingblöndu
- 3 bollar kókosþeyttur rjómi eða keyptur í búð

FYRIR ÁFLAÐIÐ:
- ¼ bolli mjólkurlausar súkkulaðibitar
- 2 matskeiðar vegan smjör, við stofuhita
- 1½ bolli flórsykur
- 3 msk möndlumjólk eða önnur jurtamjólk
- 1 tsk létt maíssíróp
- 1 tsk vanilluþykkni

LEIÐBEININGAR:
GERÐU ÉCLAIRS:
a) Í 9 x 13 tommu bökunarpönnu skaltu setja helminginn af kexunum í lag, brjóta í tvennt ef þarf til að passa.
b) Blandið saman mjólkinni og instant puddingblöndunni í stórri skál. Þeytið í 2 mínútur. Látið standa í 2 til 3 mínútur. Blandið þeyttum rjómanum varlega saman við, passið að tæma ekki út í loftið og dreifið jafnt yfir kexlagið. Setjið afganginn af kexunum ofan á og geymið í kæli.

GERÐU ÁLAGIÐ:
c) Hitið súkkulaðibitana og smjörið í hitaþolinni glerskál yfir potti sem er fylltur með 2 til 3 tommum af sjóðandi vatni, hrærið oft þar til bráðnar.
d) Hrærið sykri, mjólk, maíssírópi og vanillu saman við.
e) Dreifið yfir kexlagið, hyljið og kælið í að minnsta kosti 8 klukkustundir.
f) Skerið í ferninga þegar tilbúið er að bera fram.

98. Súkkulaði Eclair kaka

HRÁEFNI:
- 1 kassi eða heil graham kex
- 2 lítil box franskur vanillu instant pudding
- 3 bollar mjólk
- 1 8 únsur. ílát Cool Whip
- 1 dós mjólkursúkkulaðifrost

LEIÐBEININGAR:
BLANDAN:
a) Blandið saman búðing, mjólk og Cool Whip. Hrærið þar til það þykknar.

LÖGIN:
b) Búðu til lag af graham kex í botninn á 9x13 pönnu.
c) Hellið helmingnum af búðingsblöndunni ofan á kexið.
d) Settu annað lag af graham kex ofan á blönduna.
e) Hellið afganginum af blöndunni ofan á graham kexið.
f) Bætið síðasta lagi af graham kex ofan á blönduna.

FROSTINGIN:
g) Smyrjið allt yfirborðið með mjólkursúkkulaðikremi.

STÓRI kælingin:
h) Kældu yfir nótt til að bragðið blandist og eftirrétturinn stífni.
i) Njóttu!

99.Pistasíu Rose Éclair kaka

HRÁEFNI:
FYRIR CHOUX SÆTABRAUÐIÐ:
- 1 bolli vatn
- 1/2 bolli ósaltað smjör
- 1 bolli alhliða hveiti
- 4 stór egg

FYRIR FYLLINGU:
- 2 bollar sætabrauðskrem með pistasíurósabragði

FYRIR GLÍAN:
- 1/2 bolli hvítt súkkulaði, saxað
- 1/4 bolli ósaltað smjör
- Nokkrir dropar af rósavatni eða rósaþykkni
- muldar pistasíuhnetur (til skrauts)

LEIÐBEININGAR:
CHOUX SÆTABRAUÐ:
a) Forhitaðu ofninn þinn í 375°F (190°C) og klæddu bökunarplötu með bökunarpappír.
b) Blandið vatni og smjöri saman í pott. Hitið yfir meðalhita þar til smjörið bráðnar og blandan kemur að suðu.
c) Takið af hitanum, bætið hveitinu út í og hrærið kröftuglega þar til blandan myndar kúlu.
d) Látið deigið kólna í nokkrar mínútur, bætið svo eggjunum út í einu í einu og þeytið vel eftir hverja viðbót.
e) Flyttu deigið yfir í pípupoka og settu éclair form á tilbúna bökunarplötu.
f) Bakið í um 30 mínútur eða þar til gullinbrúnt. Látið kólna.

FYLLING:
g) Útbúið sætabrauðskrem með pistasíurósabragði. Sameina malaðar pistasíuhnetur og keim af rósavatni eða rósaþykkni í klassískri sætabrauðsrjómauppskrift eða notaðu tilbúið sætabrauðskrem með pistasíurósabragði.
h) Fylltu éclairs með sætabrauðskreminu með pistasíurósarbragði með því að nota pípupoka eða litla skeið.

GLJÁR:
i) Bræðið hvíta súkkulaðið og smjörið í hitaþolinni skál yfir tvöföldum katli.

j) Takið af hitanum, bætið við nokkrum dropum af rósavatni eða rósaþykkni og hrærið þar til slétt er.
k) Dýfðu toppnum á hverjum éclair í hvíta súkkulaðigljáann, tryggðu jafna þekju. Leyfðu umfram að leka af.
l) Stráið muldum pistasíuhnetum yfir gljáðum éclairs til skrauts.
m) Settu gljáðu éclairs inn í kæli til að leyfa gljáa að harðna.
n) Berið fram kælt og njóttu einstakrar samsetningar af pistasíu- og rósabragði í Pistachio Rose Éclair köku!

100. Hlynur Beikon Éclair Bites

HRÁEFNI:
FYRIR CHOUX SÆTABRAUÐIÐ:
- 1 bolli vatn
- 1/2 bolli ósaltað smjör
- 1 bolli alhliða hveiti
- 4 stór egg

FYRIR FYLLINGU:
- 2 bollar sætabrauðsrjómi með hlynbragði
- (Samanaðu hlynsíróp eða hlynseyði í klassískri sætabrauðsuppskrift eða notaðu tilbúið sætabrauðskrem með hlynbragði.)

FYRIR BEIKONÁLAGIÐ:
- 1/2 bolli soðið og mulið beikon

FYRIR Hlynsglerið:
- 1/2 bolli hlynsíróp
- 1/4 bolli ósaltað smjör
- 1 bolli flórsykur

LEIÐBEININGAR:
CHOUX SÆTABRAUÐ:
a) Forhitaðu ofninn þinn í 375°F (190°C) og klæddu bökunarplötu með bökunarpappír.
b) Blandið vatni og smjöri saman í pott. Hitið yfir meðalhita þar til smjörið bráðnar og blandan kemur að suðu.
c) Takið af hitanum, bætið hveitinu út í og hrærið kröftuglega þar til blandan myndar kúlu.
d) Látið deigið kólna í nokkrar mínútur, bætið svo eggjunum út í einu í einu og þeytið vel eftir hverja viðbót.
e) Flyttu deigið í pípupoka og settu éclairs á tilbúna bökunarplötu.
f) Bakið í um 30 mínútur eða þar til gullinbrúnt. Látið kólna.

FYLLING:
g) Útbúið sætabrauðskrem með hlynbragði. Sameina hlynsíróp eða hlynseyði í klassískri sætabrauðsuppskrift eða notaðu tilbúið sætabrauðskrem með hlynbragði.
h) Fylltu éclairs með hlynbragði sætabrauðskreminu með því að nota pípupoka eða litla skeið.

BEIKONTOPPING:
i) Eldið beikon þar til það verður stökkt, myljið það síðan í litla bita.
j) Stráið mulnu beikoninu ríkulega yfir fylltu éclairs og tryggið jafna þekju.

Hlyn glerungur:
k) Blandið hlynsírópi og smjöri saman í pott. Hitið yfir meðalhita þar til blandan er slétt.
l) Takið af hitanum, bætið flórsykri út í og hrærið þar til gljáinn hefur blandast vel saman.
m) Dreypið hlynsglassúrnum yfir éclairs með beikoni og tryggið jafna þekju.
n) Berið fram kælt og njóttu sæts og bragðmikils bragðs af Maple Bacon Éclair Bites!

NIÐURSTAÐA

Þegar við ljúkum yndislegu ferðalaginu okkar í gegnum „ENDALAÐI FRANSKA ÉCLAIRS LEIÐBEININGAR", vonum við að þú hafir upplifað gleðina við að ná tökum á listinni að föndra éclair og búa til þessar frönsku dásemdir í þínu eigin eldhúsi. Hver uppskrift á þessum síðum er tilefni nákvæmni, glæsileika og eftirlátssemi sem éclairs færa á borðið þitt – til vitnis um ánægjuna af því að ná góðum árangri í bakaríi heima.

Hvort sem þú hefur smakkað klassíska súkkulaði éclairs, gert tilraunir með ávaxtafylltum afbrigðum eða fullkomnað listina að silkimjúku sætabrauðskremi, þá treystum við því að þessar uppskriftir og tækni hafi veitt þér innblástur til að umfaðma heim éclairs með sjálfstrausti. Fyrir utan hráefnin og skrefin, megi hugmyndin um að búa til franska éclairs verða uppspretta stolts, sköpunar og gleðinnar við að deila þessum stórkostlega góðgæti með fjölskyldu og vinum.

Á meðan þú heldur áfram matreiðsluferð þinni, megi „ENDALAÐI FRANSKA ÉCLAIRS LEIÐBEININGAR" vera traustur félagi þinn, sem veitir þér þekkingu og innblástur til að búa til margs konar éclairs sem sýna kunnáttu þína og færa snert af Parísarheilla á heimili þitt. Svona til að ná tökum á listinni að föndra éclair og njóta ljúfra augnablika velgengninnar - bon appétit!

www.ingramcontent.com/pod-product-compliance
Lightning Source LLC
Chambersburg PA
CBHW071302110526
44591CB00010B/743